எமனோடு உரையாடு

மதுமிதா

விலை : ரூ.140/-

மின்னங்காடி

பதிப்பக வெளியீடு - 67

எமனோடடு உரையாடு

ஆசிரியர் : மதுமிதா ©

முதல் பதிப்பு : 2024

வெளியீடு : மின்னங்காடி பதிப்பகம்
24, அண்ணா 3-வது குறுக்குத் தெரு,
அவ்வை நகர், பாடி, சென்னை - 50.

Rs.140/-

Emanodu Vuraiyadu

Author : Madhumitha ©

First Edition : 2024

Published by : Minnangadi Publications
24, Anna 3rd Cross Street,
Avvai Nagar, Padi, Chennai - 50

Website : www.minnangadi.com

Mail : minnangadipublications@gmail.com

Phone : 72992 41264

ISBN : 9789392973567

இருளில் வழிகாட்டும் கை விளக்கு

'நாமார்க்கும் குடியல்லோம், நமனை அஞ்சோம்' என்று பாடிய திருநாவுக்கரசரின் கூற்றை, எத்தனையோ நூற்றாண்டுகள் கடந்த பின்பு, தன் காலத்தில்,

'காலா! உனை நான் சிறு புல்லென மதிக்கிறேன்; என்றன்
காலருகே வாடா! சற்றே உனை மிதிக்கிறேன் - அட காலா,'

என்று பாடினான் சித்தன் பாரதி.

அதற்கு முன்பும் எத்தனையோ சித்தர்கள் தோன்றிய மண் நம் பாரத மண்.

எமனைக் கண்டு அஞ்சாத இவர்களைப் போன்ற மூவரின் கதையை இதில் பார்க்க இருக்கிறோம்.

பிறப்பிலிருந்து இறப்பை நோக்கிச் செல்லும் பயணத்தையே வாழ்க்கை என்று கூறுகிறோம்.

ஒரு உயிர் இந்த உலகில் பிறந்து, தன் இறப்பை நோக்கிச் செல்லும் அதனுடைய வாழ்க்கைப் பாதையில் எத்தனையோ நிகழ்வுகளைக் கடந்து செல்ல வேண்டியிருக்கும். எதைப் பற்றியும் சிந்தித்து அறியும் அறிவு அதற்கு இல்லை.

ஒரு மனிதன், இந்த பூமியில் பிறந்து, தன் இறப்பை நோக்கிச் செல்லும் அவனுடைய வாழ்க்கைப் பாதையில் எத்தனையோ நிகழ்வுகளை அவன் கடந்து செல்ல வேண்டியிருக்கும். எதைக் குறித்தும் சிந்தித்து தான் எப்படி நடந்துகொள்ள வேண்டும் என்பதை நிர்ணயம் செய்யும் ஆறாம் அறிவு மனிதனுக்கு உண்டு. ஆனால், அவற்றில் முக்கியமாக அவனை பாதிப்பது மரண பயம்.

மரணத்துக்குப் பிறகு என்ன நிகழும் என்பது யாருக்குத் தெரியும்?

கண்டவர் விண்டிலர்

விண்டவர் கண்டிலர்

இறைவனுக்கு மட்டுமல்ல, மரணத்துக்கும் இது பொருந்தும்.

மரணத்தைத் தொட்டுவிட்டால், அதற்குப் பிறகு என்ன நடந்தது என்பதைச் சொல்ல மரணமடைந்தவர்கள் திரும்பி வந்து சொன்னதில்லை.

மரணத்துக்குப் பிறகு இது இப்படி நடக்கும் என்று சொன்னவர்கள் மரணத்தைப் பார்த்ததில்லை.

கண்ணுக்குத் தெரியாததை நினைத்து எழும் பயத்தை மரணம் வரையில் எண்ணி அஞ்சிக்கொண்டு பலர் வாழ்ந்து இருக்கிறார்கள்.

அந்த மரண பயத்தை துச்சமென மதித்து வென்றவர்கள் இருக்கிறார்கள்.

அதை சிலர் புனைவுகளில் எழுதி வைத்திருக்கிறார்கள். அந்த புனைவுகளில் இருக்கும் மூன்று கதாபாத்திரங்களின் கதைகள் இப்போது உங்கள் கைகளில்.

வாழும் வாழ்க்கையில் எத்தனை அனுகூலங்கள் இருந்தாலும், துக்கத்துடன் அழுதுகொண்டும் வாழலாம்;

வாழும் வாழ்க்கையை எத்தனை இடர் வந்தாலும், சிரித்துக் கொண்டே மகிழ்வுடனும் வாழலாம்.

எதை நாம் தேர்ந்தெடுக்க வேண்டும் என்பது, நம் மனதுக்குள் நாம் இடும் சிந்தனையின் விதை முடிவு செய்யும். ஆழ்மனதிலிருந்து முளைத்து எழுந்து அது அளிக்கும் பலன்களில் இருக்கும்.

வேத, வேதாந்தங்களில் எத்தனையோ விஷயங்களை தர்க்க ரீதியாக, கேள்வி பதிலாக, நம் வாழ்வியல் தத்துவங்களாக நம் முன்னோர்கள் தொகுத்து வைத்திருந்திருக்கின்றனர்.

பசியும், நோயும், மரணமும் ஆதிகாலம் தொட்டு சிந்தனைகளை எழுப்பி, புத்தர் முதல் அனைத்து காலத்து ஆளுமைகளின் ஆன்மிக வளர்ச்சிக்கு இவை பாடுபொருளாகவும், தேடு பொருளாகவும் இருந்திருக்கின்றன.

'நெருநல் உளனொருவன் இன்றில்லை என்னும்

பெருமை உடைத்து இவ்வுலகு' என்று எழுதிய திருவள்ளுவர்,

'உறங்குவது போலுஞ் சாக்காடு உறங்கி

விழிப்பது போலும் பிறப்பு' என்றார்.

நம்மை, நம் மனதை சரி செய்துகொண்டு வாழ்க்கையின் பாதையில் இறப்பை நோக்கி பயணம் செய்யும்போது, இது போன்ற சில சீரிய சிந்தனைகளை எழுப்பி எழுதிய சிலரின் படைப்புகள், சில நேரங்களில் இருள் நிறைந்திருக்கும் நம் வாழ்வில், நமக்கு ஆறுதலையும் மீட்சியையும் அளிக்கும் கை விளக்காக இருக்கலாம்.

இந்த மூன்று கதைகளிலும், சாவித்திரி, தர்மன், நசிகேதன் மூன்று கதாபாத்திரங்களை முன் வைத்து எழுதப்பட்ட கதைகளை எப்படி எந்தக் கோணத்தில் வேண்டுமானாலும் நாம் அணுகலாம். மூவரும் எமனைக் கண்டு சற்றும் அஞ்சாத கதாபாத்திரங்களாக படைக்கப் பட்டிருக்கிறார்கள். மூவருமே நண்பரிடம் உரையாடுவது போல எமனுடன் உரையாடி இருக்கிறார்கள்.

புனைவுக்கதையாகப் பார்க்கும்போதும், சில உளவியல்கள், சில முக்கிய பண்புகள் சாவித்திரியிலும், யட்சனின் கேள்விகளிலும் சொல்லப்பட்டுள்ளன.

உடல் என்பது என்ன? உயிர் என்பது என்ன? ஆத்மா என்பது என்ன? என்னும் சில கேள்விகளுக்கான பதில்கள் புனைவில் சொல்லப்பட்டிருக்கிறது.

புத்தர் ஆத்மாவை ஏற்றுக்கொள்ளவில்லை. அவர் அனாத்மவாதி.

கடோபநிஷத்தில் ஆத்மா குறித்து சொல்லப்படுகிறது.

அறிவியல் ஆத்மாவைக் குறித்து இன்னும் ஆய்வு செய்கிறது.

1887களில், விஞ்ஞானி மைக்கேல்ஸன் மார்லி செய்த சோதனைகளில், ஒளி, வெளியில் விரைந்து செல்ல ஈதர் என்னும் ஊடகம் தேவையில்லை என்பதை ஆராய்ந்தார். ஈதர் இல்லை என்பதை சாட்சிபூர்வமாக முன்வைத்தார்.

1905களில் ஆல்பர்ட் ஐன்ஸ்டின் கண்டுபிடித்த சார்பியல் கோட்பாடுகள் $E=mc^2$, There is no Ether என்பதை வலியுறுத்தி ஈதருக்கான தேவை இல்லை என்பதை நிரூபித்தன.

There is no Ether என்று அறிவியல் பூர்வமாக சொல்லப்படுவது போல, There is no Athma என்றும் சிலர் சொல்கிறார்கள்.

ஆனால், ஆத்மா குறித்த விசாரங்கள் மெய்யியலாக கருதப்படும் கடோபநிஷத்திலும் சொல்லப்பட்டுள்ளன.

ஆத்மா இருக்கிறதா இல்லையா என்னும் ஆராய்ச்சிக்குள் நாம் போகவில்லை. அந்த ஆத்மாவை முன் வைத்து, உளவியல் ரீதியான வாழ்வியல் ரீதியான பல சிக்கல்களிலிருந்து எப்படி விடுபடலாம் என்னும் எளிதான சூத்திரத்தை எப்படி அளித்திருக்கின்றனர்

என்னும் கதையாகப் பார்க்கிறோம். உண்மையில் இது எளிதான விஷயமல்ல. சூத்திரத்தை விடுவிக்க பல செய்முறைகள், உதாரணங்கள் தேவை. அவற்றின் சாற்றினை இங்கே தர பிரயத்தனம் செய்திருக்கிறோம்.

எப்போதோ சொல்லப்பட்டிருந்த கதையை, பல புத்தகங்களில், பல விதமாக சொல்லப்பட்ட, எழுதப்பட்டிருந்த இவர்களின் கதையை, இங்கே இந்த வகையில் சொல்லி இருக்கிறோம்.

நிறை என்றால் கதைகளை எழுதிய முன்னோர்களைச் சாரும். ஏதேனும் குறைகள் தென்பட்டால், நம் எழுத்தின் பிழை என்பதை பொறுப்பேற்றுக்கொண்டே இந்தப் படைப்பினை உங்கள் கைகளில் அளிக்கிறோம். மிக விரிவாக எழுத நினைத்து, இதை வாசித்த பிறகு, வாசகர்கள் விரிவான புத்தகங்களை நோக்கிப் பயணப்படும் கையேடாக இது இருக்கட்டும் என்று இந்த அமைப்பில் தரப்படுகிறது.

பத்து வருடங்களுக்கு முன்பு எழுதப் பிரியப்பட்ட நூல் இது. எத்தனையோ தடைகளுக்குப் பிறகு இப்போது வெளிவருகிறது. நண்பர் எழுத்தாளர் தமிழ்மகன் அவர்களின் முன்னெடுப்பில் மின்னங்காடி வெளியீடாக இப்போது வெளிவருவதில் மகிழ்ச்சி. அவருக்கும், இந்தப் படைப்பு வரும்வரையில் உடன் இருந்த குடும்பத்தினருக்கும், நட்புகளுக்கும் மனமார்ந்த நன்றியைத் தெரிவித்துக்கொள்கிறேன்.

அன்புடன்

மதுமிதா

25.12.2024

அணிந்துரை

நான் ஆரம்பப்பள்ளி மாணவராக இருந்த இப்போது தாத்தா ஒரு கதை சொன்னார். 16 வயதில் ஆயுள் முடிய இருந்த மார்க்கண்டேயன் சிவபெருமானின் ஆசியால் 'என்றும் பதினாறு' என்று அருள் பெற்று நிறைவாழ்வு வாழ்த்ததாக சொன்னார். லிங்க ரூபமாக இருந்த சிவபெருமானை மார்க்கண்டேயன் கட்டி அணைத்துக் கொள்ள, எமதர்மன் வீசிய பாசக் கயிறு, அவன் உயிரை பறிக்க முடியாமல் போனதையும் சொன்னார். சிவபெருமான் கோபம் அடைந்து என் மீதே பாசக்கயற்றை வீசுகிறாயா இன்று எமதர்மன் எட்டி உதைத்தார் என ஆவேசமாக கதையை சொல்லி முடித்தார் தாத்தா.

கதை மிகவும் நன்றாக இருந்தது. உப விளைவாக எமதர்மன் மீது பரிதாபம் ஏற்பட்டது.

"தாத்தா எமதர்மனுடைய டூட்டி அதுதானே? அதை சிவபெருமான் தடுக்கலாமா?" என்று கேட்டுவிட்டேன். மடியில் அமர்ந்திருந்த என்னைத் தடாரென்று கீழே தூக்கிப் போட்டார். பிறகு என்ன நடந்தது எனபது வாசகர்களுக்கு அவசியமில்லை.

எமனுடைய பணியில் பல குறிக்கீடுகள் உண்டு. டனால் தங்கவேலு நடித்த 'நான் கண்ட சொர்க்கம்', சிவாஜி கணேசன் நடித்த 'எமனுக்கு எமன்', ரஜினிகாந்த் நடித்த 'அதிசய பிறவி'... எனப் பல படங்களில் எமதர்மன் பல்வேறு சங்கடங்களை அனுபவித்து இருக்கிறார்.

தர்ம நியாயப்படி மனிதர்களின் பாவ புண்ணியங்களை அலசி சொர்க்கம் நரகம் என்று தீர்ப்பு வழங்கும் ஒரு கதாபாத்திரம், இப்படி காலத்துக்கு ஏற்ப பல்வேறு தர்க்க விதிகளுக்கு ஆளாக நேர்வது தவிர்க்க முடியாத ஒன்றுதான்.

| 7

புராண, இதிகாச காலங்கள் முதலே எமதர்மனுக்கு இத்தகைய சிரமங்கள் இருந்ததை சத்தியவான் சாவித்திரி, நசிகேதன், நச்சுப் பொய்கை கதைகளில் அறிய முடிகிறது.

தமிழ் அறிவும் சமஸ்கிருத புலமையும் பெற்ற கவிஞர் மதுமிதா அவர்கள் இந்த மூன்று புராணக் கதைகளின் மூலம் எமனோடு நடத்தப்பட்ட விவாதங்களை முன் வைக்கிறார்.

காலம், மிகவும் புதிராகவும் ஆழம் அகலம் அறிய முடியாததாகவும் இருக்கிறது. முக்காலத்தையும் உணர்ந்த முனிவர்கள் என்று சிலரை சொல்வதில் இந்த பிரமிப்பை அறியலாம். கடந்த காலம், எதிர்காலம் என்று எதுவும் இல்லை... எல்லாமே நிகழ்ந்து கொண்டிருக்கிற காலம்தான் என்கிறது சார்பியல் தத்துவம்.

எழுத்தாளர் சுஜாதா அவர்கள் எழுதிய நச்சுப் பொய்கை என்கிற அறிவியல் கதை, எமனுக்கு நேர்ந்த எதிர்பாராத திருப்பம் என்றுதான் சொல்ல வேண்டும். காலன் என்ற கதாபாத்திரம் தரும் சுவாரசியத்தோடு இந்த நூலை வாசிக்கும்போது, இவர் குறித்து இன்னும் பல சினிமாக்களும் இன்னும் சில கதைகளும் கூட உருவாகும் வாய்ப்பு உண்டு.

மேலும் மேலும் புத்திசாலித்தனமான விவாதங்கள் தருவதற்கான வாய்ப்பை காலன் தருகிறார். மிகுந்த 'கால'ச்சுமைகளுக்கு நடுவே மதுமிதா அவர்கள் இந்த நூலை எழுதிய தந்தார். அவருக்கு என் நன்றியும் வாழ்த்தும்.

அன்புடன்,
தமிழ்மகன்
26.12.24

பொருளடக்கம்

சாவித்திரி
(உயிரை மீட்டவள்) 11

தர்மன்
(யட்சனின் கேள்விகள்) 55

நசிகேதன்
(கடோபநிஷத்) 71

சாவித்திரி

சாவித்திரி

(உயிரை மீட்டவள்)

சாவித்திரி தன்னுடைய கணவன் சத்தியவானின் உயிரைக் காக்க எமதர்மனிடம் பல கேள்விகளைக் கேட்டு வரங்களைப் பெற்றாள். எத்தனையோ எடுத்துக்கூறியும் வேறுவழியின்றி அவள் கேட்ட அந்த வரங்களை அளித்தான் எமதர்மன்.

மகாபாரதக் கதையில் வரும் பல உபகதைகளில் சத்தியவான் சாவித்திரி கதையும் ஒன்று. இந்தப் புராணக் கதை மகாபாரத இதிகாசத்தில் வன பர்வத்தின், பதிவ்ரதா – மஹாத்மிய பர்வத்தில், திரௌபதியிடம் மார்க்கண்டேய முனிவர் கூறியதாக இந்தக் கதை அமைந்துள்ளது.

கதாபாத்திரங்கள்

அசுவபதி

மாளவி

சாவித்திரி

அமைச்சர்

நாரதர்

துயமத்சேனர்

பத்மாக்ஷி

சத்தியவான்

மாடவ்யன்

கஜகேது

எமதர்மன்

எமகிங்கரர்கள்

1.சாவித்திரி தேவியின் அருள்

மத்ராபுரி நாட்டின் அரசர் அசுவபதி. நீதி தவறாமல் சிறப்புற அரசாண்ட அவருடைய மனைவியின் பெயர் மாளவி. இருவருக்கும் நிறைந்த செல்வம் இருந்தாலும் மக்கட்பேறு இல்லை.

நிறைவான அவர்களுடைய வாழ்வில், குழந்தை இல்லை என்னும் ஒரு பெரும் குறையை உணர்ந்த அவர்கள் இருவரும் குழந்தைக்காக பல விதமான வழிபாடுகளைச் செய்தனர்.

"நாம் சாவித்திரி தேவிக்கு விரதமிருந்து வழிபடலாம். அப்படியாவது குழந்தை பாக்கியம் கிடைக்கிறதா பார்க்கலாம்," என்றார் மாளவி.

அதை அப்படியே அரசர் அசுவபதியும் ஒப்புக்கொண்டார்.

இருவரும் சாவித்திரி தேவியையும் வழிபட்டனர். சில நாட்கள், சில மாதங்கள், சில வருடங்கள் மட்டுமல்ல; தொடர்ந்து பதினெட்டு வருடங்கள் வழிபட்டனர்.

18 வருடங்களுக்குப் பிறகு சாவித்திரி தேவியின் அருளால் மகள் பிறந்ததால் அவளுக்கு சாவித்திரி என்று பெயர் வைத்தனர்.

(சூரிய பகவானின் அருளால் பிறந்தவள் என்றும் சில கதைகளில் சொல்கிறார்கள்)

2. திருமணப் பருவம்

சாவித்திரி வளர்ந்து யுவதியானபோது கல்வி நல்லொழுக்கம் அனைத்திலும் சிறந்து தேர்ச்சி பெற்றிருந்தாள். அழகில் மிளிர்ந்து பொலிவுடனிருந்தாள். தேவருலக மாதரை விட அழகுடன் திகழ்ந்த அவளுக்குத் திருமணப் பருவம் வந்தது. அவளுக்கு முறைப்படி விவாகம் செய்து வைக்க பெற்றோர் விரும்பினர். அனைத்திலும் சிறப்புமிகுந்த வலிமை பொருந்திய வீரம் மிகுந்த அரச குமாரர்கள் பலரும் சாவித்திரியைக் கண்டதும் திருமணம் செய்துகொள்ள விரும்பினர். ஆனால், சாவித்திரிக்கு யாரையும் திருமணம் செய்துகொள்ளும் விருப்பமில்லை. யாரும் தனக்கானவர் என்று ஏற்றுக்கொள்ளும் மனநிலை அவளுக்கு ஏற்படவில்லை.

பதினெட்டு வருடங்கள் தவமிருந்து பெற்ற மகளான சாவித்திரிக்கு ஏற்ற கணவனைத் தேர்ந்தெடுக்கும் உரிமையையும் பொறுப்பையும் அவளுக்கே அளித்தார் அசுவபதி. மகளை நாடு முழுக்க பயணம் செய்து, அவளுக்குப் பிடித்த வரனைத் தேர்ந்தெடுத்துக்கொள்ளச் சொல்லி, அமைச்சரையும் உடன் அனுப்பி வைத்தார்.

நாடு முழுவதும் சென்ற அவர்களின் பயணத்தின் பாதையில் சந்தித்த எவரையும் சாவித்திரியின் மனம் விரும்பவில்லை. மத்ராபுரிக்குத் திரும்பும்போது, அருகில் இருந்த ஒரு அடர் வனத்துக்கு வந்து சேர்ந்தனர்.

சாளுவ நாட்டு அரசர் துயமத்சேனர். தன் மகன் சத்தியவானுக்கு மத்ராபுரியின் அரசர் அசுவபதியின் மகள் சாவித்திரியை திருமணம் செய்துவைக்க விரும்பி இருந்தார். ஆனால் விதி அவரை சோதித்தது.

அவரும் அவருடைய மனைவியும் கண்பார்வையை இழந்த நிலையில் இருந்தனர். எந்த மருத்துவத்தாலும் அவர்களுடைய பார்வையைத் திரும்பப் பெற முடியவில்லை. எதனால் பார்வை இழந்தார்கள் என்பதுவும் தெரியவில்லை. இதையறிந்த கஜகேது சூழ்ச்சி செய்து சாளுவ நாட்டைத் தன் வசமாக்கிக்கொண்டான். கண்பார்வையை இழந்த துயமத்சேனர் இப்போது நாட்டையும் இழந்து விட்டார். துயமத்சேனரும் அவரது மனைவி பத்மாக்‌ஷியும், மகன் சத்தியவானுடன் நாட்டிலிருந்து காட்டுக்கு வந்துவிட்டனர். அங்கு பர்ணசாலை அமைத்து அங்கேயே வாழ ஆரம்பித்தனர்.

அதே காட்டுக்குதான் அமைச்சருடன் வந்திருந்தாள் சாவித்திரி. அது காடாகத் தெரியவில்லை சாவித்திரிக்கு. சொந்த வீடுபோலத் தோன்றியது. சுற்றிலும் இயற்கையின் அழகில் மயங்கி அந்த அழகிய

வனத்தை நுட்பமாகப் பார்த்துக்கொண்டிருந்தாள். எங்கோ விலங்குகளின் ஒலி கேட்டது. பறவைகளின் ஒலி இன்னிசைபோல அவளை மகிழ்வித்தது. களைப்பு தீர, அமைச்சர் அருகில் எங்கேயாவது குடிக்க தண்ணீர் கிடைக்கிறதா என்று பார்க்கச் சென்றிருந்தார்.

3. இனி பிரியோம்

மரங்களை, பறவைகளைப் பார்த்தபடி, காட்டின் குளுமையையும் இயற்கையில் எழும் இனிய ஒலிகளையும் கேட்டு ரசித்தபடி சாவித்திரி ஒரு மரத்தின் அருகில் ஓய்வெடுக்க வந்தாள்.

தூரத்தில் தெரிந்த கனிகளைப் பறித்துக்கொண்டிருந்த சத்திய வானைப் பார்த்ததும் முதல் பார்வையிலேயே சாவித்திரிக்குப் பிடித்துவிட்டது. 'இந்த கானகத்தில் தனியே கனிகளைக் கொய்து கொண்டிருக்கும் இந்த இளைஞன் யார்? ராஜகளை ததும்பும் முகப்பொலிவுடன் இருக்கும் இந்த யுவன் ஏன் காட்டில் இருக்கிறான்? தேவகுமாரனைப் போலிருக்கும் அவனையே மீண்டும் பார்க்கத் தோன்றுகிறதே. அவனைப் பார்க்கும் கண்களை பிரித்தெடுக்க முடியாமல் அவனை ஒட்டிக்கொள்ளும் ஆர்வத்துடன் கண்கள் அங்கேயே போய், திரும்பி வர மாட்டேனென்கிறதே. அய்யோ இந்தப்புறம் அவர் திரும்புவது போலிருக்கிறதே. திரும்பினால் நான் அவரைப் பார்ப்பதை அவர் பார்த்துவிடுவாரே' என்னும் தளும்பலில் சாவித்திரி இருக்கும்போதே சத்யவான் அவளைப் பார்த்துவிட்டான்.

யாரென்றே தெரியாத அந்நிய ஆடவனைப் பார்த்ததும், பார்த்தவுடனே மனதுக்குப்பிடித்துப்போனதும்தொடர்ந்து அவனைத் தான் விடாமல் பார்ப்பதும் அவளுக்குப் புதிதாக இருந்தது.

'இது என்ன உணர்வு புது விதமாக இருக்கிறது? ஏன் இவரைப் பார்த்ததும் இப்படியொரு இனம்புரியாத ஈர்ப்பு' என்று புரியாமல் சத்தியவானைப் பார்த்துக்கொண்டிருந்தாள்.

'யாரிந்த தேவ மங்கை? இந்த வனத்தில் இவள் தனியே என்ன செய்துகொண்டிருக்கிறாள்? ஏன் இந்த வனத்துக்கு வந்தாள்?' கனி கொய்வதை நிறுத்திவிட்டு கன்னியின் அழகைக் கொய்வதுபோல அவளையே பார்த்தான் சத்தியவான். நினைவழிந்து விழிகளை அவளிடமிருந்து பிரிக்க முடியாமல் அவளையே பார்த்துக் கொண்டிருந்தான். பிறகு விறகுக்காக மரத்தை வெட்ட ஆரம்பித்தான்.

காற்றில் இலையின் சலசலப்பும் கேட்காத அமைதியில் அவர்கள் தங்களுக்குள் ஆழ்ந்தனர். அவளுக்கு அருகில் ஒரு சிறிய உறுமல் கேட்டது. திடுக்கிட்ட சாவித்திரி விழிப்பு பெற்றுத் திரும்பியபோது, அருகே ஒரு சிங்கம் மெல்ல நடந்து வந்தது. வாய் திறந்து அது எழுப்பிய கர்ஜனையில் மொத்தக் காடும் அதிர்ந்தது.

வாய்விட்டு கத்தி தன்னைக் காப்பாற்றிக்கொள்ள உதவி கேட்கவும் அவளால் முடியவில்லை. சாவித்திரி நகராமல் அங்கேயே நின்றுவிட்டாள். சிங்கம் அவளை இன்னும் நெருங்க, அதனிடமிருந்து தப்பித்து ஓட ஆரம்பித்தாள். சிங்கம் அவளைத் துரத்தியது.

சிங்கத்தின் உறுமல் ஓசையைக் கேட்ட சத்தியவான் அந்த இடம் நோக்கித் தாவிப் பாய்ந்து அவளருகில் ஓடோடி வந்தான். அஞ்சியபடி ஓடும் சாவித்திரியைப் பார்த்ததும் அவனுடைய கண்களில் ஒளி மின்னல் தெறித்தது.

சிங்கத்திடமிருந்து அவளைக் காப்பாற்ற, பாய்ந்து வந்து சிங்கத்தின் முன்பாக நின்றான் சத்தியவான். சிங்கத்துக்கும் சாவித்திரிக்கும் நடுவில் நின்ற சத்யவான், சிங்கம் அவளைத் தாக்கி விடாமல் இருக்க, தன்னுயிரைப் பொருட்படுத்தாமல் அதனுடன் போரிடத் துணிந்தான். ‘அவளைப் பாதுகாக்க வேண்டும், அதற்காக என்ன வேண்டுமானாலும் செய்வேன்’ என்று தீரத்துடன் நின்றவனைப் பார்த்த சாவித்திரி, ‘அய்யோ அவருக்கு ஏதும் நேர்ந்துவிடக் கூடாதே’ என்று துடித்துப் போனாள்.

எதிர்பாராமல் தன் முன்பாக வந்து குதித்த மனிதனைக் கண்ட சிங்கம் இன்னொருமுறை உறுமிவிட்டு அவர்களை எதுவும் செய்யாமல் காட்டுக்குள் ஓடிச் சென்றுவிட்டது.

ஜென்மாந்திர பந்தமான காதலில் தங்களை அறியாமல் கட்டுண்டவர்கள் இதோ கண்முன்னே மரணத்தை வென்றவர்கள் ஆனார்கள். சிங்கம் அவர்களை இணைப்பதற்காகவே வந்தது போல இருவரையும் இணைத்து வைத்துவிட்டு எங்கோ சென்று மறைந்து விட்டது.

பதற்றத்தில் மயங்கி விழவிருந்த சாவித்திரியைத் தாங்கிக் கொண்டான். மெள்ள மரத்தடியில் படுக்க வைத்தான். மேனியில் லேசாக சத்தியவானின் விரல்கள் பட்டதும் மெல்ல விழிகளை விரித்துப் பார்த்த சாவித்திரி மீண்டும் அவனுடைய முகத்தையே கண்ணெடுக்காமல் பார்க்க ஆரம்பித்தாள்.

அவள் மயக்கத்திலிருந்து தெளிந்ததைப் பார்த்தவுடன், சத்தியவான் மகிழ்ந்து கனிவுடன் அவளைப் பார்த்தான். ஆபத்திலிருந்து தன் உயிரைக் காப்பாற்றியவனை காதலுடன் பார்த்தாள் சாவித்திரி.

யார் அவர்கள்... என்ன நேர்ந்தது அவர்களுக்கு? ஊர் பெயர் எதுவும் தெரியாமலேயே இருவரின் மனமும் இணைந்த தருணத்தை இருவருமே அறிந்துகொண்டனர். காந்தர்வ விவாகம் செய்துகொண்டவர்களைப்போல சத்தியவானும் சாவித்திரியும் திருமணம் செய்துகொள்ள முடிவெடுத்தனர். மானசீகமாக, ‘நாம்

வாழ்வில் இணைந்திருப்போம், இனி பிரியோம்,' என்று தங்களுக்குள் வாக்குறுதி அளித்துக்கொண்டனர்.

"ஒரு வாரத்தில் உன்னை திருமணம் செய்துகொள்வேன்," என்ற சத்யவானிடம்,

"அப்படி நடக்கவில்லையென்றால், என் உயிரை விட்டுவிடுவேன்," என்றாள் சாவித்திரி.

பார்வையிழந்த தாய், தந்தை காத்திருப்பார்கள் என்று சாவித்திரியிடம் சொல்லி விடைபெற்று அவர்களைப் பார்க்கச் சென்றான் சத்தியவான். திரும்பி வந்த அமைச்சர், சிங்கத்திடமிருந்து தப்பிய சாவித்திரியிடம் விஷயத்தைக் கேள்விப்பட்டு, அவளைக் காப்பாற்றிய சத்தியவானுக்கு நன்றி சொல்லப் போனார்.

தன்னைக் காப்பாற்றிய யுவனும், அந்த இளைஞனின் தாய் தந்தையும் யார், எங்கிருந்து அவர்கள் இங்கே வந்திருக்கின்றனர் என்று தெரிந்துகொண்டு வரும்படி சாவித்திரியும் அமைச்சரிடம் கேட்டுக்கொண்டாள்.

அமைச்சர் சத்தியவானிடம் சென்று, "அய்யா தாங்கள் யாரென்று தெரிந்துகொள்ளலாமா? இந்த முதியவர்கள் யார்? நீங்கள் ஏன் இந்தக் காட்டில் இருக்கிறீர்கள்?" என்று கேட்டார்.

"இவர் என் தந்தை சாளுவ நாட்டு அரசர் துயமத்சேனர். நான் இவருடைய மகன் சத்தியவான். தந்தைக்கு திடீரென்று கண்பார்வை போய்விட்டது. இவர் கண்பார்வையை இழந்துவிட்டார் என்பதை அறிந்த கஜகேது, சூழ்ச்சியால் சாளுவ நாட்டைக் கைப்பற்றினான். தந்தை கண்பார்வையை இழந்ததால் எதுவும் செய்யமுடியாமல் நாட்டையும் இழந்துவிட்டார். அதனால் நாங்கள் அனைவரும் நாட்டிலிருந்து காட்டுக்கு வரவேண்டியதாகி விட்டது. இங்கேயே தங்கிவிட்டோம்," என்றான் சத்தியவான்.

அமைச்சர் திரும்பிச்சென்று சாவித்திரியிடம் இதைத் தெரிவித்தார்.

அமைச்சர் கூறியதைக் கேட்டதும், பார்த்த முதல் தருணத்திலேயே ஆபத்தில் உதவும் பண்பும், அறிவும், சமயோசித புத்திக் கூர்மையும், அழகும்கொண்ட சத்தியவானிடம் மனதைப்பறிகொடுத்த சாவித்திரி, அவனே தன் மனம் கவர்ந்த மணாளன் என்று முடிவுசெய்து, தந்தையிடம் இதைத் தெரிவிக்க விரும்பினாள்.

சாவித்திரியும் அமைச்சரும் மத்ராபுரிக்கு வந்து சேர்ந்தனர்.

4. விதியின் கைகளில்

மூவுலகிலும் சஞ்சரிக்கும் முக்காலமும் அறிந்த நாரதர், மத்ராபுரி அரண்மனைக்கு வந்திருந்தார்.

அசுவபதியும், மாளவியும் அவரை அன்புடன் வரவேற்று உபசரித்தனர்.

"அரசே நீங்களும் நாட்டு மக்கள் அனைவரும், சாவித்திரியும் நலம் தானே?"

"ஆம் உங்கள் ஆசியைப் பெற்ற எமக்கு எந்தக்குறையும் இல்லை. அனைவரும் நலம் சுவாமி," என்றார் அரசர் அசுவபதி.

இப்போது நாரதர் மாளவியைப் பார்த்து, "சாவித்திரியைப் பார்த்து நாட்களாகி விட்டன. அவள் எப்படி இருக்கிறாள்?" என்றார்.

"ஆமாம் சுவாமி. அவள் சிறு குழந்தையாக இருந்தபோது பார்த்தீர்கள். இப்போது நன்றாக வளர்ந்துவிட்டாள்."

"நீங்கள் முக்கியமான உரையாடலில் இருந்தபோது நான் வந்துவிட்டேனா?"

"உங்களுக்கு தெரியாததா சுவாமி? உங்கள் ஆசியுடன்தான் நடைபெற வேண்டும்."

"ஓ... எனில், சாவித்திரியின் திருமண விஷயமா?" என்று நாரதர் கேட்டுக்கொண்டிருந்தபோதே, சாவித்திரி உள்ளே வந்தாள்.

பெற்றோரை வணங்கியவள், அவர்கள் நாரதரை அறிமுகம் செய்ததும், அவரையும் வணங்கினாள்.

"ஆசீர்வதியுங்கள் சுவாமி!"

"தீர்க்கசுமங்கலி பவ! உனக்கேற்ற கணவனைப் பெற்று சுமங்கலியாக மகிழ்வுடன் வாழ்வாயாக!"

சாவித்திரி அவரை வணங்கிவிட்டு வெட்கத்துடன் சற்று விலகி ஒதுங்கிச் சென்றாள்.

"அரசே மகளுக்கு திருமணம் நிச்சயித்து விட்டீர்களா என்ன?"

"இல்லை சுவாமி. அவளுக்குப் பிடித்த மணாளனை அவளையே தேர்ந்தெடுக்கச் சொல்லி அமைச்சருடன் அவளை அனுப்பி

இருந்தேன். இப்போதுதான் வருகிறாள். என்னம்மா சாவித்திரி உனக்குப் பிடித்தமானவனை சந்தித்தாயா?"

பதில் சொல்லாமல் இருந்த சாவித்திரியிடம், "தயங்காமல் சொல் சாவித்திரி. சொன்னால்தானே அதற்கு உகந்தாற்போல் அடுத்த காரியங்களை எடுத்துச் செய்ய முடியும்," என்றார் நாரதர்.

"முனிவரே! தந்தையே! நாட்டின் எல்லா இடங்களிலும் எனக்கு ஏற்றவாறாக இருப்பவரை... எங்குமே அப்படி ஒருவரை என்னால் பார்க்க இயலவில்லை. திரும்பும் வழியில் ஒரு காட்டில் சிங்கம் என்னைத் தாக்க வந்தபோது, என்னை ஒருவர் காப்பாற்றினார். அவர் பெயர் சத்தியவான். அவரைக் கண்டதும் 'இவர்தான் என்னுடைய பதி,' என்று முடிவு செய்தேன். அவரும் என்னையே மனைவியாக நினைத்தார். மானசீகமாக எங்களுக்குள் வாக்குறுதி அளித்துக்கொண்டோம்," என்றாள்.

மகளின் பேச்சைக் கேட்ட அசுவபதி, 'நாரத முனிவர் என்ன சொல்லப்போகிறார்? சத்தியவான் நம் மகள் சாவித்திரிக்குப் பொருத்தமானவன்தானா? அவனைத் தேடிச்சென்று திருமணத்துக்கு அவனுடைய பெற்றோரின் அனுமதியைப் பெறவேண்டுமா? அவனையே மகளுக்கு கணவனாக ஏற்றுக்கொள்ளலாமா?' என்னும் கேள்விகளுடன், நாரதர் என்ன சொல்லப்போகிறார் என்று நாரதரின் முகத்தையே பார்த்துக்கொண்டிருந்தார்.

தியானத்தில் அமர்ந்திருப்பதைப்போல் விழிகளை மூடி அமர்ந்திருந்த நாரதர், சிறிது நேரத்துக்குப்பிறகு கண்களைத் திறந்து அசுவபதியைப் பார்த்தார்.

"அரசே, உன் மகள் சாவித்திரி தனக்குப் பொருத்தமான சிறந்த கணவனையே தேர்ந்தெடுத்திருக்கிறாள். அவன் உண்மையைப் பேசுபவன் என்பதால் சத்தியவான் என்று அழைக்கப்படுகிறான். தேஜஸ் நிறைந்தவன், அறிவு பொருந்தியவன், அழகன், கருணை மிக்கவன், பொறுமையானவன், வீரம் நிறைந்தவன், நட்புள்ளம் கொண்டவன், பொறாமையை அறியாதவன், பண்பு நிறைந்த குணவான். சாவித்திரிக்கு மிகவும் பொருத்தமானவன். இது நீயும் உன் முன்னோரும் செய்த புண்ணியம் அல்லவா," என்றார் நாரத முனிவர்.

இதைக் கேட்டு அகம் மகிழ்ந்த அசுவபதி நாரதரிடம்,"மகிழ்ச்சி சுவாமி. தங்கள் சொல்லால் என் உள்ளம் குளிர்ந்தது. இந்த அனைத்து குணங்களும் பெருமை சேர்ப்பவை. இவற்றைக் கடந்து ஏதேனும் எதிர் பண்புகள், குறைகள் இருந்தாலும் எடுத்துச் சொல்லுங்கள்," என்று வேண்டிக் கேட்டுக்கொண்டார்.

நாரதரின் முகம் மாறியதைக் கண்டு அசுவபதியின் மனம் துணுக்குற்றது.

"எதுவானாலும் சொல்லுங்கள். ஏன் உங்கள் முகம் மாறியது? ஏதேனும் சிக்கல் உள்ளதா சுவாமி?" என்றதும்,

"அரசே, சத்தியவானின் பெற்றோர்கள் பார்வை இழந்தவர்கள். அரண்மனையில் இல்லை. பகைவர்களால் நாட்டை இழந்து காட்டில் வசிக்கிறார்கள். சத்தியவானும் அவர்களுடன் துறவிபோன்று காய், கனி, இலைகளை உண்டு வாழ்கிறான். அங்கே உன் மகளை எப்படிக் கொடுப்பாய் என்ற யோசனைதான்," என்றார் நாரதர்.

உடனே அதிர்ச்சியிலிருந்து சற்றுத் தெளிந்த மாளவி, "சுவாமி, திருமணம் முடிந்ததும் அவர்கள் அனைவரையும் இங்கே நம் அரண்மனைக்கே அழைத்து வந்துவிடலாம்," என்று கூறினாள்.

"அரசே! மாளவி சொல்வது சரி. அப்படியே செய்துவிடலாம். ஆனால் இதைத் தவிர இன்னுமொரு குறையும் இருக்கிறது. அதை எப்படி நேர் செய்ய முடியும்? விதியின் கைகளில் மாட்டிக்கொண்டவர்கள் நாம். அனைத்தையும் அளித்தவன் இதில் மட்டும் குறை வைத்துவிட்டானே. நானாக இருந்தால் அவனை இன்னும் பல வருடங்கள் உயிருடன் இருக்கும்படி செய்திருப்பேன்," என்றார் நாரதர்.

திகைத்துப்போன அசுவபதி, "ஒன்றும் புரியவில்லையே சுவாமி. யாரை சொல்கிறீர்கள்? என்ன சொல்கிறீர்கள்? நீங்கள் என்ன செய்திருப்பீர்கள்? புரியும்படி சொல்லுங்களேன்," என்றார்.

"சத்தியவான் இன்னும் ஒரு வருடம் மட்டுமே உயிருடன் இருப்பான்," என்று நாரதர் சொல்லும்போதே, சாவித்திரி கதறி மயக்கமடைந்து விழுந்தாள்.

மாளவி தண்ணீர் எடுத்து வந்து சாவித்திரியின் முகத்தில் தெளித்து, "அடக் கடவுளே! என் மகளுக்கு ஏனிந்த சோதனை? சாவித்திரி... அம்மா சாவித்திரி, எழுந்திரம்மா," என்று எழச் செய்தாள்.

"நான் என்ன செய்வேன் அம்மா? உடல் செயலிழந்து விட்டது. மனம் பதைபதைக்கிறது. ஆவி துடிக்கிறது. என் பதி நாதா, நான் என்ன செய்வேன்?" என்று கதறினாள்.

"இவன் ஆயுள் குறைவென்றால் இன்னொரு வரனைப் பார்த்து திருமணம் செய்துவைத்துவிடலாம். நீ கலங்காதே மகளே," என்றாள் மாளவி.

"ஆஹா. என்ன வார்த்தை சொன்னீர்கள் அம்மா. அவரை விடுத்து இன்னொருவரை என் மனம் நாடுமோ? அரச குடும்பத்தில்

பிறந்த நீங்கள் இதை எப்படிச் சொன்னீர்கள்? அவரைத் தீண்டிய உள்ளத்தால் இன்னொருவரை எண்ணுவதும் கூடுமோ? எப்போது அவரை நினைத்தேனோ அப்போதே அவருடன் எனக்கு விவாகம் ஆகிவிட்டது. இப்போது அவரின் மனைவி நான். பிரம்மன் எழுதிய தலையெழுத்து இப்படி என்றால் அப்படியே ஆகட்டும். விதியை மதியால் வெல்லலாம் என்னும் பெரியோரின் வாக்கு பலிக்காதா? நம் முனிவர் வாழ்த்தினாரே அதுவும் பொய்யாகுமோ? சுவாமி நீங்கள் சொல்லுங்கள். தவம் செய்து முனிவரான உங்களைப் போன்ற பெரியோரின் வாக்கு பொய்யாகாதுதானே. உங்களைப் போன்றோரின் வாக்கு அப்படியே பலிக்கும்தானே," என்ற சாவித்திரியிடம்,

"ஆமாம் உண்மை. நிச்சயம் பலிக்கும்."

"அப்படியென்றால், சத்யவானுக்கு தயங்காமல் என்னை திருமணம் செய்துகொடுங்கள். ஏன் தயங்குகிறீர்கள்?"

"எனக்கு என்ன தயக்கம். இதில் எனக்கு எந்த ஆட்சேபமும் இல்லை. நீயல்லவா கஷ்டப்படுவாய்..."

"இதென்ன ஆச்சரியமாக இருக்கிறது. உங்கள் ஆசியைப் பெற்றபிறகு நான் ஏன் எப்படி கஷ்டப்படுவேன்? என்னை சோதித்துப் பார்க்கிறீர்களா சுவாமி?"

"நீ என்ன சொல்கிறாய் சாவித்திரி?"

"நான் உங்களை வணங்கியபோது என்ன சொல்லி ஆசீர்வாதம் செய்தீர்கள் சுவாமி?"

"ஆஹா சாவித்திரி. உன்னை உன் அறிவை மெச்சினேன். நீ புத்திசாலி. 'தீர்க்கசுமங்கலி பவ' என்று நான் உன்னை ஆசீர்வதித்ததால், உனக்கு வர இருக்கும் கஷ்டங்களை சரிசெய்ய வேண்டிய பொறுப்பில் நான்தான் இருக்கிறேன். இங்கே வா," என்று அழைத்து சாவித்திரியின் காதில் மந்திரத்தைக் கூறிய நாரதர்,

"சாவித்திரி இந்த காயத்ரி மந்திரம் உன் காதில் கேட்டதுமே, தெரியாமல் செய்த பாவமானாலும், அறியாமல் கிடைத்த சாபமானாலும் அவை அனைத்தும் அழிந்துபோகும். இதுதான் அந்த மந்திரத்தின் மகிமை. நீ சத்தியவானை திருமணம் செய்துகொள். ஆனால், இந்த காயத்ரி மந்திரத்தை ஒரு வருடம் முழுக்க தினமும் அனுசரிக்க வேண்டும். இந்த ஆண்டின் முடிவில் கடைசி மூன்று நாட்கள் காயத்ரி தேவியின் மேல் நோன்பு நோற்று உபவாசம் இருந்து, கனவனின் அருகிலேயே இரு. அப்படி இருந்தால் எமன் உன் கணவனைப் பிடித்துப்போக வந்தாலும், காயத்ரி தேவி துணையிருந்து உங்களைக் காப்பாள். மறந்து விடாதே. அசுவபதி,

உன் மகளை தயக்கம் இல்லாமல் சத்தியவானுக்கு மணம் செய்து கொடுத்துவிடு. எல்லாம் நல்லபடியாக நடக்கும். நான் விடை பெறுகிறேன்," என்று நாரதர் விடைபெற்றுச் சென்றுவிட்டார்.

திருமணத்துக்கான ஏற்பாடுகளை செய்துகொண்டு அனைவரும் காட்டுக்குப் புறப்பட்டனர்.

5. பெற்றோரின் சம்மதம்

அசுவபதியும் குடும்பத்தினருடனும் படைகளுடனும் காட்டில் துயமத்சேனர் குடியிருந்த பர்ணசாலைக்குச் சென்றனர்.

பெற்றோருக்குக் கனிகளைப் பறித்து வரச் சென்றிருந்தான் சத்தியவான். மாடவ்யன் அவர்களுக்குத் துணையாக இருந்தான்.

"அரசே வணக்கம்," என்றார் அசுவபதி.

துயமத்சேனர் அசுவபதியை வணங்கிவரவேற்று, "நலம்நன்மையே உண்டாகட்டும். தாங்கள்...?" என்று வினவினான்.

"நான் மத்ராபுரியின் அரசன்."

துயமத்சேனர் ஆச்சர்யத்துடன் பார்த்துக்கொண்டிருந்த மாடவ்யனை அழைத்து, "நல்வரவு அரசே. மாடவ்யா, இவர்களுக்கு ஆசனம் அளித்து அமரச்செய். அமருங்கள். தாங்கள் வந்த விஷயம்..."

"அரசே தங்கள் மகன் எங்கே? சத்யவானுக்கு என் மகள் சாவித்திரியை திருமணம் செய்து வைக்க சம்மதம் கேட்டு வந்திருக்கிறோம்."

"மாத்ரபுரி அரசே! உங்களை வணங்குகிறேன். முன்பு எனக்கே அவர்கள் இருவருக்கும் திருமணம் செய்துவைக்க வேண்டும் என்னும் அந்த எண்ணம் இருந்தது என்பதே உண்மை. ஆனால், இன்று நாங்கள் நாட்டை இழந்து காட்டில் வாழ்கிறோம். நாங்கள் அரண்மனையில் இல்லை, இந்தக் குடிலில் வசிக்கிறோம். அறுசுவை உணவு இல்லை. கனியும் கிழங்கும் மட்டும் உண்டு வாழ்கிறோம். சத்யவானுக்கு எப்படி உங்கள் மகளை..."

"அரசே, உங்களுக்குத் தெரியாததல்ல. செல்வம் இன்று வரும் நாளை போகும். நாளை உங்களின் அந்த நாடே உங்களுக்குக் கிடைக்கலாம். அதைக்குறித்து எண்ணாதீர்கள். சாவித்திரி 'சத்தியவானை மணக்கவில்லையென்றால் உயிரோடிருக்க மாட்டேன்' என்கிறாள். அதனால் திருமணத்திற்கு நீங்கள் ஒப்புதல் அளிக்க வேண்டும்."

"சாவித்திரி தெரிந்துதான் பேசுகிறாயா அம்மா? பெற்றோரின் சொல்லைக் கேள் அம்மா. காட்டில் இருக்கும் என் மகனை மணந்துகொள்வேன் என்று சொல்வதற்கான காரணம் என்ன?"

"அன்புக்கும் மரியாதைக்குமுரிய மாமனார் அவர்களே! அனைத்தும் அறிந்த தாங்கள் இப்படிப் பேசலாமா? அன்று என்னை

ஆபத்திலிருந்து காப்பாற்றி இந்த உயிரையும் உடலையும் அளித்தார். அப்போதே அவருக்கு சொந்தமாகிவிட்டேன். அன்றே அவரை மணந்துகொள்ள முடிவு செய்தேன். அவரும் அதை ஏற்றுகொண்டு சம்மதம் தெரிவித்தார். நான் இன்று உங்கள் மருமகள் அல்ல; அன்றைய நாளிலிருந்து உங்களுக்கு மருமகள் ஆகிவிட்டேன். இனி உங்கள் சம்மதத்துடன் ஊரறிய திருமணம் செய்துகொள்வதுதான் பாக்கி. அதனால் நீங்களும் இதற்கு சம்மதம் தெரிவிக்க வேண்டுமாய் கேட்டுக்கொள்கிறேன்."

சாவித்திரியின் இந்த உறுதியான மொழியைக் கேட்டு அனைவரும் வியந்துபோனார்கள்.

மாடவ்யனுக்கு இதைக் கேட்டதும் அவ்வளவு மகிழ்ச்சி.

"ஆம் அரசே, இவர் சொல்வது அனைத்தும் உண்மை. எனக்கும் இது தெரியும். இதோ நான் போய் சத்தியவானை அழைத்து வருகிறேன்," என்று சொல்லி சத்தியவானை அழைக்க குடிலை விட்டு வெளியில் ஓடினான் மாடவ்யன்.

6. கண்ணில் தெரிவது கைவசம் ஆகுமா?

பெற்றோருக்காக கனிகளைப் பறிக்க வந்த சத்தியவான் சாவித்திரியைக் கண்டதும், "சாவித்திரி..." என்று அவளை நோக்கி ஓடினான்.

இல்லை, அவள் அங்கே இல்லை.

திரும்பினான். அங்கே சாவித்திரி. மீண்டும் அவளை நோக்கி ஓடினான்.

இல்லை, அவள் அங்கும் இல்லை.

எங்கு பார்த்தாலும் பார்க்கும் இடமெல்லாம் சத்தியவானுக்கு சாவித்திரியே தெரிகிறாள். ஆனால் அவளை நெருங்கப்போகும்போது அங்கே அவள் இல்லை. தோன்றி மறையும் அவள் உருவத்தைக் கண்டு அதன் பின்னால், 'சாவித்திரி...சாவித்திரி...' என்று அழைத்துக் கொண்டு செல்கிறான் சத்யவான்.

"அன்பே சாவித்திரி. என் உள்ளம் கவர்ந்தவளே! எங்கு சென்றாய்? எங்கிருக்கிறாய்? காணும் இடமெல்லாம் உன் உருவமாகவே தெரிகிறதே. மனதைக் கொள்ளை கொண்ட நீயோ அரசகுமாரி. நான் நாட்டை இழந்து இங்கே தவ முனிவர்களுடன் துறவு வாழ்க்கை வாழ்கிறேன். உன்னை மணமுடிக்க எண்ணலாமா?

உன்னைப் பார்த்த நாளிலிருந்து நீ என்னை விட்டுச் சென்றபின் உன் பின்னே வந்தமனதால் அலைக்கழிக்கப்படுகிறேன் என் கண்ணே! பெற்றோர்களுடன் இருக்கும்போது பெற்றோருக்காக வருந்துகிறேன், தனியாக இருக்கையில் உன்னை நினைத்து வருந்துகிறேன். என் கண்மணியே! எப்போது நம்மை சேர்த்துவைக்க காலம் கைகூடுமோ அன்று உன்னை வந்து சேர்கிறேன். இப்போது பெற்றோருக்கு கனிகளை எடுத்துச் செல்ல வேண்டும்.

சிறிது நாட்களுக்குப் பிறகு உன்னைத் திருமணம் செய்து கொள்கிறேன் என்று சொல்லாமல், அடுத்த வாரம் உன்னை மணம் செய்துகொள்கிறேன் என்று சொல்லிவிட்டேனே...

திருமணம் செய்துகொள்ளவில்லையென்றால் உயிரை மாய்த்துக் கொள்வேன் என்றாயே... உன்னைக்கண்டு மணம் செய்யாமல் இருந்தால் வாக்கு தவறியவன் ஆகிவிடுவேனே... சாவித்திரி... சாவித்திரி...' என்று இங்கும் அங்கும் பார்த்தபடி பேசிக் கொண்டிருந்தான். மரங்களையும் கனிகளையும் சாவித்திரி என்று

நினைத்து முத்தமிட்டு பேசிக்கொண்டே இருந்தான்.

“மனம் உன் பின்னாலேயே வந்துவிட்டது சாவித்திரி. விறகில் நெருப்பு பற்றுவது போல, மனம் பொருள் எதையும் பற்றிக்கொண்டு விடுமே. கண் நிறைந்த கணவனை விட கை நிறைந்த பொருள் பெரிதல்லவா...” என்று சொல்லிக்கொண்டிருந்தான் சத்தியவான்.

அவனின் காதல் மீதுறும் சொல்லையும், செயலையும் பார்த்துக் கொண்டே அவனுக்கு அருகில் வந்த மாடவ்யன், “இளவரசே! என்னதிது மாற்றிச் சொல்கிறீர்கள்? கை நிறைந்த பொருளைவிட கண் நிறைந்த கணவன் மேலானவன் என்றுதானே சொல்லவேண்டும்?” என்றான்.

‘என்னதிது நாம் பேசிய அனைத்தையும் இவன் கேட்டுவிட்டானா?’ என்று யோசித்துக்கொண்டே மாடவ்யனைப் பார்த்த சத்யவான், “ஆமாம் சரிதான். ஆனால் மாடவ்யா, பெற்றோரை தனியாக விட்டுவிட்டு இங்கே ஏன் வந்தாய்? நீ போய் அவர்களுடன் இரு. கனிகளுடன் இப்போது நான் வந்துவிடுவேன்,” என்றான்.

“அரசரைச் சுற்றிலும் ரிஷிகள் இருக்கிறார்கள். நான் முக்கியமான ஒன்றைக் கேள்விப்பட்டு அதைப் பற்றி உங்களிடம் கேட்க வந்தேன்.”

“அதென்ன மாடவ்யா? அதை என்னிடம் சொல்லலாம்தானே?”

“சொல்லலாம். உங்களிடம் சொல்லக்கூடாத ரகசியம் எதுவும் இல்லை. நீங்கள் என்னிடம் சொல்லாமல் ரகசியமாக ஏதும் வைத்திருக்கிறீர்களா?”

“அப்படி எதுவும் இல்லையே மாடவ்யா?”

“ஓ அப்படியா. அப்படி எதுவும் இல்லாமல்தான் மரம், செடி, மட்டை, குட்டை எல்லாம் உங்களுக்கு சாவித்திரி போலத் தெரிகிறதா? என்னைப் பார்த்தால் சாவித்திரி போல் தெரியவில்லையே?”

‘இவன் நம்மைப் பார்த்துவிட்டு கேட்கிறானா? நாம் சாவித்திரியைத் தேடியது இவனுக்கு எப்படித் தெரிந்தது?’ என்று எண்ணியபடி,

“என்ன சொல்கிறாய்? சாவித்திரியா காயத்ரியா? புதிதாக ஏதோ கேட்கிறாயே மாடவ்யா?”

“சரி அதை விடுங்கள். போனவாரம் சாவித்திரி என்ற பெண்ணைப் பார்த்தீர்களா?”

இப்போது என்ன சொல்லலாம் என்று யோசித்த சத்யவான், “ஆம் பார்த்தேன்,” என்றான்.

“ஓ. அப்படி என்றால் இது ரகசியம் அப்படித்தானே? என்றால்... சற்று முன்பு நீங்கள் சொன்னது பொய்யா அல்லது இப்போது சொல்வது பொய்யா?”

“உன்னிடம் சொல்ல வந்தேன் மறந்துவிட்டேன் மாடவ்யா...”

“ஓ எப்போதும் நினைவில் இருக்கும் விஷயத்தை என்னிடம் சொல்ல மட்டும் மறந்துவிட்டது. அப்படித்தானே அரசே. சரி இப்போது இதையாவது மறைக்காமல் சொல்லுங்கள். ‘உன்னை ஒரு வாரத்தில் திருமணம் செய்துகொள்வேன்’ என்று அந்தப் பெண்ணுக்கு வாக்கு கொடுத்தீர்களா?”

“ஆம் மாடவ்யா. என்ன விஷயமென்று உடனே சொல்.”

“அதைதான் இப்போது விரைந்து சொல்கிறேன். அந்தப் பெண் அப்படி நடக்கவில்லையென்றால் உயிரை விட்டுவிடுவேன் என்று சொன்னாரா?”

“ஆம் சொன்னாள். அதற்கென்ன இப்போது?”

“அதற்கென்னவா? பதிவிரதைகள் வாக்கு தவறுவார்களா? ஒரு வாரம் ஆகிவிட்டதா இப்போது? இனி நீங்கள் யாரை திருமணம் செய்துகொள்வீர்கள்?”

திடுக்கிட்ட சத்தியவான், ‘என்ன, சாவித்திரி உயிரை விட்டுவிட்டாளா?’ என்று சித்தம் கலங்கினான்.

“மாடவ்யா, என் மனம் பதைபதைக்கிறது. அன்று நான் ஒரு பெண்ணை சிங்கத்திடமிருந்து காப்பாற்றினேன் என்று சொன்னேனில்லையா? அந்தப் பெண்தான் இந்த சாவித்திரி. அவளிடம் ‘அவளைத் திருமணம் செய்துகொள்கிறேன்’ என்று வாக்களித்தேன். இப்போது எனக்கு எங்கு பார்த்தாலும் அவள் முகம்தான் தெரிகிறது. உடனே சொல். சாவித்திரிக்கு என்ன ஆயிற்று? ஏன் இந்தக் கேள்விகளைக் கேட்கிறாய்?”

கைகால் பதற உடல் நடுங்கப் பேசினான் சத்தியவான்.

“இளவரசே, பதற்றம் வேண்டாம். சாவித்திரி தேவி எங்களுக்கு இளவரசி ஆன பிறகும் அவரை அந்தப் பெண் இந்தப் பெண் என்று பேசியதற்காக என்னை மன்னியுங்கள்.”

இருகரம் கூப்பி மன்னிப்பு கேட்கும் தோரணையில் சத்தியவானை வணங்கினான் மாடவ்யன்.

“என்ன சொல்கிறாய் மாடவ்யா? எனக்கு இப்போதும் எதுவும் புரியவில்லையே.”

“அமைதியாக இருங்கள் அரசே, பதற்றம் வேண்டாம். சாவித்திரி தேவியாரின் பெற்றோர் உங்களுக்கு திருமணம் செய்து வைக்கும் நோக்கத்தில் பரிவாரங்களுடன் இங்கு வந்திருக்கிறார்கள். உங்கள் இருவரின் திருமணத்துக்கு அவர்கள் முகூர்த்தம் குறித்து விட்டதால், உங்களை அழைத்துவரும்படி தந்தை சொன்னதால், உங்களை அழைத்துப்போக வந்தேன்.”

“நீ... நீ... வேடிக்கைப் பேச்சு எதுவும் பேசவில்லையே? என்னைப் பரிகாசம் செய்ய வேண்டுமென்பதற்காக இப்படிப் பேசுகிறாயா மாடவ்யா?”

“இல்லை அரசே. நீங்கள் அங்கு வந்து பார்த்தால் உண்மை தெரிந்துவிடப் போகிறது.”

இருவரும் விரைந்து குடிலுக்குச் சென்றனர்.

அங்கே சாவித்திரியும் மற்றவர்களும் இருப்பதைப் பார்த்ததும் சற்றே ஆசுவாசமடைந்தான் சத்தியவான். அரசர் அசுவபதி சத்தியவானிடம் சாவித்திரியை திருமணம் செய்துகொள்ளும்படிக் கேட்கிறார்.

சத்தியவான், “அரசே, காட்டில் தவக்கோலத்தில் இருக்கிறேன். எங்களுக்கான நாட்டை இழந்துவிட்டோம். தனியே கானகத்தில் தவ வாழ்க்கை வாழ்கிறோம். அனைத்தும் படைத்தவர்கள் நீங்கள். இங்கே எதுவும் இல்லாத ஏழைகள் நாங்கள். உடை உணவு என்று ஏதுமின்றி துயருற்றுத் திரிந்துகொண்டிருக்கிறோம். சாவித்திரிக்கு நான் பொருத்தமானவனாக எப்படி இருக்க முடியும்?” என்று சொல்லும்போதே,

அசுவபதி, “விவாகம் என்பது வாழ்வையும் தாழ்வையும் பொறுத்து அமைவதல்ல. மனங்கள் இணையும்போது அந்தத் திருமணம் சொர்க்கத்தில் நிச்சயிக்கப்படுகிறது. நீங்கள் இருவரும் இணைந்து வாழ்வதே சிறப்பு,” என்று கூற திருமண ஏற்பாடுகள் நடந்தன.

அனைவரின் முன்னிலையிலும் சிறப்பாக நடந்த விவாகம் முடிந்ததும், வந்திருந்தவர்கள் நாட்டுக்குத் திரும்ப ஆயத்தமானார்கள். அசுவபதி தங்களுடன் தம் நாட்டுக்கு வரும்படி முறைப்படி அவர்களை அழைக்க, சத்யவானும் பெற்றோரும் ‘இங்கேயே இருக்கிறோம்’ என்று சொல்லி நாட்டுக்குத் திரும்ப மறுத்துவிட்டனர்.

பதினெட்டு வருடங்கள் காத்திருந்து தவமிருந்து பெற்ற மகளைப் பிரிந்து, அவள் ஏழ்மை நிலையில் வாழ அவளைக் காட்டில் விட்டுச் செல்ல மனமில்லாமல் இருந்தாலும், அசுவபதி மகளுக்குத் தரவேண்டியவற்றைக்கொடுத்து ஆசீர்வாதம் அளித்தார். அனைவரும் விடைபெற்றுச் சென்றனர்.

தன் மனதுக்கு இனியவனையே கணவனாக அடைந்ததில் சாவித்திரி அளவற்ற மகிழ்ச்சியுடன் இருந்தாள். அழகும் நற்குணமும் கொண்ட தான் விரும்பிய பெண்ணையே மனைவியாக அடைந்ததில் சத்தியவான் மகிழ்ந்திருந்தான்.

7. எமலோகம்

எமலோகத்தில் எமதூதர்கள் சூழ்ந்திருக்க, எமதர்மர் வந்து சிம்மாசனத்தில் அமர்ந்தார். அனைவரும் இருக்கைகளில் அமர்ந்தனர்.

"சித்திரகுப்தன் எங்கே? இன்னும் வரவில்லையா? உடனே அழைத்து வாருங்கள்," எமன் சொல்லும்போதே, ஒருவன் போய் சித்திரகுப்தனிடம் எமன் அழைப்பதாகச் சொல்ல உள்ளே வந்த சித்திரகுப்தன், "வணக்கம் எமதர்ம மகாராஜா! வணங்குகிறேன்," என்றான்.

"ஏன் இன்று இவ்வளவு தாமதம் சித்திரகுப்தா?"

"இன்று நம் எமதூதர்கள் அழைத்து வந்த பாபாத்மாக்கள் மிகவும் அதிகமான குற்றங்களைச் செய்திருக்கின்றனர். அவற்றை கணக்கிட்டுக்கொண்டிருந்தேன். அதனால் தாமதமாகிவிட்டது அரசே."

"அப்படியா. அவர்கள் கணக்கில்லாமல் பாவம் செய்திருக்கிறார்களா? இரக்கம் பார்க்காமல் அவர்களை இழுத்து வரச் சொல்லுங்கள். அவர்கள் செய்த பாவங்களைக் கணக்கிட்டு அதற்குரிய தண்டனையை அளிக்கிறேன்."

தூதர்கள் ஒருவனை அழைத்து வருகிறார்கள்.

"எமதர்மரே! இவன் கொஞ்சம் படித்திருந்தாலும் அகம்பாவத்தால் மூடனாக இருந்து, படித்தோரை இகழ்ந்தும், பாமரரைப் புகழ்ந்து அவர்களிடம் பணம் பறித்தும், அப்பாவிகளை வஞ்சிப்பதுமே வேலையாக இருந்தான்."

சித்திரகுப்தன் தனது ஏட்டில் இருந்து கணக்கைப் பார்த்து இவ்வாறு கூறியதும், எமதர்மர், "இவனை இழுத்துப்போய் நெருப்பில் இவனுடைய நாக்கைப் பிடித்திழுத்துவைத்து வாட்டி, சித்திரவதை செய்து இவனை நரகத்தில் தள்ளுங்கள்."

எம கிங்கரர்கள் அவனை இழுத்துச் செல்ல வந்தனர்.

"அய்யோ அகம்பாவத்தால் அனைவரையும் இழிவு செய்தேனே. பாமரரைப் புகழ்ந்து பணம் பறித்தேனே. அப்பாவிகளை வஞ்சித்தேனே. நம்பிக்கை மோசம் செய்தேனே. நாக்கை நெருப்பில் வாட்டி நரகத்தில் தள்ளும் இந்த சித்திரவதை எனக்கு தேவையானது தான்," என்று புலம்பியவனை தரதரவென இழுத்துச் சென்றனர்.

இப்போது இன்னொரு பாபாத்மாவை கொண்டுவந்தார்கள்.

"தான் மணம் செய்த மனைவி இருக்க, பிற பெண்களை நாடியவன். ஒருத்தியின் பேச்சைக்கேட்டு தன் மனைவியை நஞ்சிட்டுக் கொன்றவன் இவன்."

"அட எத்தனை அக்கிரமம் செய்திருக்கிறான். தூதர்களே, அவனைப் பிடித்து கத்தியில் குத்தி நெருப்பில் வாட்டி, செக்கிலும் போட்டு ஆட்டி எப்படியெல்லாம் வதைக்க முடியுமோ அப்படியெல்லாம் வதைத்து சித்திரவதை செய்யுங்கள்."

எம கிங்கரர்கள் அவனை இழுத்துச் செல்ல வந்தனர்.

"நான் செய்த பாவங்களுக்கு கத்தியில் குத்தி நெருப்பில் வாட்டி செக்கிலும் போட்டு ஆட்டும் இந்த சித்திரவதை எனக்குத் தேவையானதுதான்," என்று புலம்பியவனை தரதரவென இழுத்துச் சென்றனர்.

இன்னொருவன் வந்தான்.

"இவன் செய்த பாவங்களுக்கு அளவே இல்லை. கெடுமதி கொண்டு நம்பியவரையும், அவனுடைய எஜமானனையுமே ஏமாற்றியவன். இனத்துரோகம் குரு துரோகம் செய்தவன். இவனுக்குக் கடுமையான தண்டனை அளிக்க வேண்டும்."

"இவனை செக்கிலிட்டு ஆட்டி கழுகு போன்ற பறவைகளுக்கு உணவாக அளிக்க வேண்டும்."

அவன் தன் தவறுகளுக்கான தண்டனையை எண்ணி புலம்பியபடி சென்றான்.

அவனை இழுத்துச் சென்று இன்னொருவனை அழைத்து வந்தனர்.

"இவன் ஒன்றுக்கு வட்டி அதற்குமேல் வட்டி என்று வாங்கியவன். கன்றுக்கு பால் விடாமல் பாலைக் கறந்து, பாலில் இரு மடங்கு தண்ணீர் ஊற்றி விற்றவன்."

"இவனைக் கழுவிலேற்றி காக்கை கழுகு நாய்களுக்கு அளித்து, நட்டுவாய்க்காலி, தேள் போன்ற விஷ ஜந்துக்களால் கடிக்கச் செய்யுங்கள்."

எமதூதர்கள் அவனை இழுத்துச் செல்ல அவனும் செய்த பாவங்களுக்கான தண்டனையை நினைத்துப் புலம்பிக்கொண்டு சென்றான்.

"இன்னும் எத்தனை பேர் இருக்கின்றனர்? என்ன பாவங்களை யெல்லாம் செய்தவர்கள்? சொல் சித்திரகுப்தா..."

"இனி இருக்கும் சிலர் சிறிய குற்றங்களைச் செய்தவர்கள். நம் எமலோக சட்டத்தின்படி நானே அவர்களுக்குரிய தண்டனையை அளித்துவிடலாம். நானே தண்டனை அளித்துவிடவா தர்மப்பிரபு."

"சரி அப்படியே செய்."

அவனுக்கு சித்திரகுப்தனே தண்டனை அளித்தான்.

"புண்ணியாத்மாக்கள் யாரும் இல்லையா சித்திரகுப்தா?"

"ஒரே ஒருவர் இருக்கிறார். இதோ அவரை வரவழைக்கிறேன்."

ஒரு புண்ணியாத்மா வந்தார்.

"எமதர்மரே! நான் பிறந்ததிலிருந்து விபரமறிந்து எந்தவொரு பாவமும் செய்ததில்லையே. அன்னசாலை, பாடசாலை, மருத்துவ சாலைகள் அமைத்து தர்மகாரியங்களைத்தானே செய்தேன். பெரும் பாவிகள் இருக்கும் இங்கே என்னை அழைத்து வந்துவிட்டார்களே. இதென்ன சோதனை. நான் செய்த பாவம்தான் என்ன?"

"புண்ணிய ஆத்மாவே. சிறுவயதில் அறியாமல் செய்த பாவங்கள் பெற்றோருக்கு சென்று சேரும். உன் அன்னதானசாலையில் ஒருமுறை தாமதமாக உணவளித்துவிட்டாய். அதனால் இந்தப் பாதை வழியாக வர நேர்ந்துவிட்டது. அதோ சொர்க்கம் செல்லும் பாதை. விரைந்து சொர்க்கத்துக்குச் செல்வாயாக," என்றார் எமதர்மர்.

நன்றி தெரிவித்துவிட்டு சொர்க்கத்தை நோக்கிச் சென்றான் அந்த புண்ணியம் செய்த மனிதன்.

"சித்திரகுப்தா இனி எடுத்துக்கொண்டு வரவேண்டிய உயிர்கள் உள்ளனவா?"

"ஆம் அரசே," என்று கையிலிருந்த கணக்கு ஏட்டைப் புரட்டிப் பார்த்துவிட்டு, "சாளுவ நாட்டு அரசன் துயமத்சேனனின் மகன் சத்தியவானின் உயிரைக் கொண்டுவர வேண்டும்," என்றான் சித்திரகுப்தன்.

"நத்தமுகத்தானே, உடனே கிளம்பிப் போ. போய் சத்தியவானின் உயிரை எடுத்து வா," என்றார் எம தர்மர்.

எம தூதன் நத்தமுகத்தான் வெளியில் வந்தான்.

8. நாரதரின் சவால்

அப்போது எமலோகத்தில் எமனின் அரண்மனைக்கு வந்த நாரதர், "யாரடா அது தூதுவனே?" என்றார்.

"யாரது இங்கே வந்து அடாபுடாவென்று பேசுவது?"

"உன் எமதர்மராஜனிடம் போய் நாரதர் வந்திருக்கிறேன் என்று சொல்."

"சுவாமி மன்னிக்கவேண்டும். தெரியாமல் கேட்டுவிட்டேன். இதோ அவரிடம் போய்ச் சொல்கிறேன்," என்று நாரதரை வணங்கிச் சென்றான்.

"அரசே, உங்களைக் காண நாரதர் வந்திருக்கிறார்," என்று சொல்லும்போதே நாரதர் உள்ளே வந்துவிட்டார்.

எமதர்மர் எழுந்து நாரதரை வணங்கி வரவேற்று, "வாருங்கள் முனிவரே! இங்கே வழிதவறி வந்தது போலிருக்கிறதே. என்ன விஷயமாக வந்திருக்கிறீர்கள்?" என்று வினவினார்.

"ஒன்றுமில்லை தர்மராஜரே. உங்களைப் பார்த்து வெகுகாலம் ஆகிவிட்டது. உங்களை வந்து பார்த்து ஏதாவது வாங்கிப்போகலாம் என்று வந்தேன். அனைவரும் நலம்தானே?"

"அனைவரும் நலம் முனி சிரேஷ்டரே! உங்களைப் போன்ற நல்மனிதர்களின் துணை இருக்கும்போது வேறு குறை என்ன இருக்கிறது? ஆமாம் ஏதோ வாங்கிப் போக வந்ததாகச் சொன்னீர்களே, அது என்ன விஷயம்? சொல்லுங்கள்."

"அப்படி என்ன விஷயம்? நான் ஏதும் உங்களிடம் கேட்கக் கூடாதா? அல்லது உங்களிடம் அப்படிக் கேட்டுவிட்டால் நீங்கள் எனக்குத் தராமல் இருக்கப் போகிறீர்களா? நீங்கள் கொடுத்தால் நான் வாங்கிக்கொள்ளாமல் இருக்கப் போகிறேனா?"

"ஆஹா சரியாகச் சொன்னீர். நான் நினைத்தது சரிதான். நாரத முனிவர் ஏதும் காரியமில்லாமல் இங்கே வருவாரா? என்ன விஷயம் சொல்லுங்கள்."

"எம தர்மரே! பூலோகத்தில் சாளுவ நாட்டு அரசன் துயமத்சேனரின் மகன் சத்தியவான் மிகச் சிறந்த குணவான். அவனுடைய மனைவி சாவித்திரி குணவதி. அன்பு நிறைந்தவள். அவனுடைய ஆயுள் முடிந்ததாகத் தெரிகிறது. அவன் இன்னும்

சிறிதுகாலம் மனைவி சாவித்திரியுடன் மகிழ்ந்து வாழ தயை கூர்ந்து தாங்கள் அருள் புரிய வேண்டும்."

"நினைத்தேன். உங்களுக்கு கலகம் புரிய இன்று வேறு இடம் கிடைக்கவில்லையா முனிவரே? அதல விதல சுதல தராதல இரசாதல மகாதல பாதாள என்னும் கீழுலகமான ஏழுலகிலும், பூலோக புவர்லோக சுவர்லோக மகர்லோக சனலோக தவலோக சத்யலோக என்னும் மேலுலகமான ஏழுலகிலும் பிறந்து உழலும் எந்த ஜீவராசியாக இருந்தாலும் பிரம்மன் எழுத்து முடிந்துவிட்ட தென்றால், எப்பேர்ப்பட்டவராக இருந்தாலும் அவர்களை இங்கே இழுத்து வருவது எமகிங்கரர்களின் பணியாகும். அவர்களுக்கு, அவர்களுடைய பாவ புண்ணியங்களுக்கு உகந்தபடி அவர்களைக் காத்தலும் தண்டனை அளிப்பதுவும் என்னுடைய பணியும் கடமையுமாகும். என்னால் அதிலிருந்து தவறமுடியாது. நீங்கள் இதில் தலையிட வேண்டாம் தவசிரேஷ்டரே!"

"எமதர்மரே! நீங்கள் சொன்ன விஷயங்களெல்லாம் எனக்குத் தெரிந்தவைதான். நான் இதில் வந்திருக்கக்கூடாது. ஆனால் இந்த விஷயத்தைக் கையில் எடுத்துவிட்டேன். எடுத்த காரியத்தை நிறைவேற்றியே ஆகவேண்டும். அதனால் நான் கூறியதை செய்ய வேண்டும் என்று கேட்டுக்கொள்கிறேன். கொஞ்சம் கருணையுடன் இதைச் செய்யுங்கள்."

"நீங்கள் ஏதோ என்னை பரிகாசம் செய்வது போலிருக்கிறது. எனக்கு இடப்பட்ட கட்டளையை நான் எப்படி மீறமுடியும் சொல்லுங்கள். தயவுசெய்து என்னை வற்புறுத்தாதீர்கள். உங்கள் காரியங்களின் பொறுப்பு உங்களைச் சார்ந்தது. ஆனால்... "

"ஆனால்... என்ன... ஏன்? நான் எடுத்த எந்தக் காரியத்திலும் முடிவில் நான் வெற்றி பெற்றிருக்கிறேன். நீங்கள் தவறி இருக்கிறீர்கள்."

"நான் தவறியதில்லை."

"நீங்கள் ஒருமுறை தவறி இருக்கிறீர்கள்."

"ஒருபோதும் இராது."

"மார்க்கண்டேயன் விஷயத்தில் நடந்தது என்ன? உதை வாங்கிக்கொண்டதை மறந்துவிட்டீரா?"

எமதர்மனுக்கு பெரும் கோபம் முளைத்து விழிகள் அக்னி நெருப்பாய் சிவந்து ஒளிர்ந்தன.

"சிவபெருமானே வந்து கட்டளையிட்டதால் அதைச் செய்ய வேண்டும் என்னும் அவருடைய கட்டளைக்குக் கட்டுப்பட்டு நடந்தேன். என்னால் வேறு என்ன செய்ய முடியும்?"

“அதைப்போல இப்போது செய்ய வேண்டுமென்று நான் சொல்கிறேன்.”

“அதெப்படி முடியும் முனிவரே? மார்க்கண்டேயன் சிவபக்தன். சிவனே வந்து எதிர் நின்றதால் சிரஞ்சீவியாக இருக்கும் பாக்கியத்தைப் பெற்றான்.”

“அதைப்போல இந்த விஷயத்திலும் தாங்கள் நடந்து கொள்ளலாமே?”

“அதெப்படி முடியும்? நீங்கள் சொன்னாலும் இதை நான் செய்ய முடியாது.”

“ஓ அப்படியா? அப்படியென்றால் என்னால் இதை சாதிக்கமுடியாது என்று நினைக்கிறீர்களா?”

“உங்களால் முடிந்த அளவில் என்ன வேண்டுமானாலும் செய்யுங்கள். என்ன நடக்கிறதென்று பார்ப்போம்.”

“சத்தியவானை என்னால் காப்பாற்ற முடியாது என்று நினைக்கிறீர்கள். அப்படித்தானே?”

“இது என்ன சவாலா நாரத முனிவரே! உங்களால் சத்தியவானைக் காப்பாற்ற முடியாது. எம கிங்கரர்களே பாசம் சூலம் எடுத்துக் கொண்டு விரைந்து செல்லுங்கள். நாரதர் அனைவரிடமும் செய்யும் கலகத்தை நம்மிடமும் செய்ய வந்திருக்கிறார் போலிருக்கிறது. எச்சரிக்கையுடன் செல்லுங்கள்,” என்று கூறித் தலையசைத்து தனக்குள் சிரித்துக்கொள்கிறான்.

“உங்களால் சத்தியவானின் உயிரை எடுத்துவர முடியாது. அப்படி ஒருவேளை நீங்கள் அவனுடைய உயிரைக் கவர்ந்து வந்தாலும் உங்களுடன் வைத்திருக்க முடியாது. திருப்பி அளிக்க வேண்டியதாக இருக்கும். இந்த விஷயத்தில் உங்களுக்கு தோல்வியே கிடைக்கும். இதை பிறகு உணர்வீர்கள்,” என்று சொல்லிவிட்டு நாரதர் சென்று விட்டார்.

எமகிங்கரர்கள் கையில் பாசத்துடனும் சூலத்துடனும் சத்தியவானை நோக்கிச் செல்கின்றனர்.

9. கடைசி மூன்று நாட்கள்

சாவித்திரி நகைகள் அணியாமல் மரவுரி தரித்து காட்டில் சத்தியவானுடன் மகிழ்வுடன் வாழ்ந்தாள். மாமனார் மாமியாருக்கு பணிவிடைகள் செய்து எப்போதும் புன்னகையுடன் மகிழ்வாக வாழ்ந்தாள். காட்டில் வாழ்ந்தாலும் அன்புடன் அனைவரின் மனங்களையும் கவர்ந்தாள்.

நாரதர் சொன்ன செய்தியை அவளால் மறக்க முடியவில்லை. அத்தனை மகிழ்ச்சிக்கும் நடுவில் அந்த ஒரு விஷயம் அவளுடைய மனதை பாதித்துக்கொண்டிருந்தது. அதைப் பற்றி அவள் யாரிடமும் எதுவும் பேசவில்லை. தினமும் காயத்ரி ஜபம் செய்தாள்.

பத்துமாதங்கள் முடிந்து ஒரு வருடம் நெருங்குகையில் அவளுடைய மனம் துடித்தது. தன் கடமைகளைச் சரியாகச் செய்தாலும், அச்சமும் கவலையும் அவளை வாட்டின. தன் துயரத்தை வெளியில் காட்டிக்கொள்ளவுமில்லை; யாரிடமும் சொல்லவுமில்லை.

சரியாக ஒரு வருடம் முடியப்போகிறது. 'அந்தக் கடைசி மூன்று நாட்களும் சத்தியவானை விட்டுப் பிரியக்கூடாது' என்று நாரதர் சொன்னதை நினைவு கூர்ந்தாள்.

'என்ன செய்யலாம்? சரி இதற்கு சத்தியவானிடமே ஒரு வரமாக இதைக் கேட்டுவிடலாம்' என்று அவனிடம் வந்தாள்.

சத்தியவான் ஒரு மரத்தினடியில் அமர்ந்திருந்தான். அவளுடைய முகம் சோர்ந்திருப்பதைக் கண்ட சத்தியவான், "அன்பே சாவித்திரி, இது வரையிலும் மலர்ந்திருந்த உன் முகம் இப்போது ஏன் சோகமாக இருக்கிறது? உனக்கு ஏதாவது வேண்டுமா? என்னவென்று சொல், நான் அதைச் செய்கிறேன்," என்றான்.

காலம் தனக்கு கனிந்தது என்று மகிழ்ந்த சாவித்திரி உடனே சத்தியவானிடம், "ஆம் சுவாமி. எனக்கு ஒரு வரம் கொடுங்கள். ஒரு முனிவர் எனக்கு உபதேசித்த மந்திரத்தைச் சொல்லி மூன்று நாட்கள் உபவாசம் இருக்கப்போகிறேன். இந்த மூன்று நாட்களும் ஒருபோதும் நீங்கள் என்னைப் பிரியக்கூடாது. என் அருகிலேயே இருக்கவேண்டும். இது மட்டும்போதும்," என்றவளைப் பார்த்து சத்தியவான்,

"அன்பே உன்னை ஏன் இவ்வளவு வருத்திக்கொள்கிறாய். சரி உன் அருகிலேயே இருப்பேன். உன்னைப் பிரிந்து தனியே போகமாட்டேன்," என்றான்.

அந்தக் கடைசி மூன்று நாட்களும் கடுமையான விரதத்தை

மேற்கொண்டாள். மூன்று நாட்கள் உண்ணாமல் தண்ணீரும் அருந்தாமல் சாவித்திரிதேவியை பூஜித்து வேண்டிக்கொண்டாள். தன் பெற்றோருக்கு வரம் அளித்த தேவி தனக்கும் அருள்வாள் என்னும் நம்பிக்கையுடன் இருந்தாள்.

மூன்றாம் நாள். சத்தியவான் சாவித்திரியிடம், "காய்கனிகள், விறகு எடுத்துவந்து நான்கு நாட்கள் ஆகிவிட்டன. நீ பெற்றோர் அருகில் இரு. விறகு கனிகளை சேகரித்துக் கொண்டுவந்து விடுகிறேன்," என்றான்.

"சுவாமி நீங்கள் என்னை விட்டு மூன்று நாட்கள் பிரிந்திருக்க மாட்டேன் என்று சொன்னீர்கள். இரண்டு நாட்கள்தான் ஆகியிருக்கின்றன. சரிதான் நாம் விறகும் கனிகளும் சேகரித்துக் கொண்டுவரவேண்டும். அதனால் நானும் உங்களுடன் வருகிறேன். அனுமதியுங்கள்."

"என் அன்பே சாவித்திரி. நீ என்னுடன் இருந்தால் எனக்கு மகிழ்ச்சியே. ஆனால் விரதத்தினால் மெலிந்திருக்கிறாய். இன்றும் காலையிலிருந்து எதுவும் சாப்பிடாமல் இருக்கிறாய். சிரமமாக இருக்கும். இன்று ஒரு நாள் ஓய்வெடுத்துக்கொள். விரதம் முழுவதும் முடிந்தபிறகு ஒருநாளென்ன எப்போதும் என்னுடன் வரலாம்."

"எனக்கு எந்தச் சிரமமுமில்லை. குடிலிலேயே எப்போதும் இருக்கிறேன். உங்களுடன் வெளியில் வர விரும்புகிறேன். உங்களுடன் வரும்போது இந்தக் கானகத்து மலர்களின் அழகைக் காண விரும்புகிறேன். அழகிய பறவைகளின் இனிய கானங்களைக் கேட்க விரும்புகிறேன். அதனால் உங்களுடன் இன்று நிச்சயம் வருவேன்."

"உன் விருப்பம் சாவித்திரி. வேண்டாம் என்று சொல்லி உன்னுடைய மனதை காயப்படுத்த விரும்பவில்லை. நாம் சேர்ந்து இருந்தால் எனக்கும் மகிழ்ச்சிதான். பெற்றோரிடம் சொல்லி அனுமதி பெற்றுக் கிளம்புவோம்."

இருவரும் பெரியவர்களிடம் அனுமதி பெற்றுக்கொண்டு வந்தார்கள். போகும் வழியெங்கும் இணைந்து வந்த மகிழ்ச்சி இருந்தாலும், நாரதர் சொல்லும் நேரம் நெருங்குகிறது என்னும் அச்சமும், இந்த நேரத்தை எப்படி சரியாகச் செயல்படுத்தமுடியும் என்னும் சுமையும் அவளில் கூடியது. வெளியில் மகிழ்ச்சியாக இருந்தாலும் மனதுள் சோகம் நிரம்பியது.

தேவையான மலர்களையும் கனிகளையும் பறித்து சேகரித்து வைத்துக்கொண்டனர். சத்தியவான் விறகுக்காக மரத்தை வெட்ட மரத்துக்கு அருகில் சென்றான். சாவித்திரி சத்தியவானை விட்டுச் சற்றும் விலகாமல் அவனையே பார்த்துக்கொண்டிருந்தாள். நாரதர் குறிப்பிட்ட அந்த நேரம் சிறிது சிறிதாக நெருங்குவதை

மதுமிதா | 37

உணர்ந்த சாவித்திரி சொல்லவியலாத வேதனையில் துடித்துக் கொண்டிருந்தாள்.

எமனின் கட்டளையை ஏற்று சத்தியவானின் உயிரைப் பறிக்க வந்த எம தூதர்களால் அவளுக்கு அருகில் செல்ல முடியவில்லை. அவளுடைய பதிபக்தியால் சத்தியவானின் அருகில் செல்ல முடியாமல், நெருப்பு சுடுவதுபோல் இருக்க, பயந்துபோய் எமலோகத்துக்குத் திரும்பிவிட்டனர்.

“எங்களால் சத்தியவானுக்கு அருகில் போகமுடியவில்லை. சாவித்திரியின் கற்புக்கனல் எங்களை அவனுக்கு அருகில் நெருங்க முடியாமல் தடுக்கிறது. ஆகையால் அஞ்சி ஓடி வந்துவிட்டோம்,” என்றான் ஒரு எமகிங்கரன்.

கோபத்துடன் அவர்களைப் பார்த்த எமதர்மர், “நான் போய் சத்தியவானின் உயிரைக் கொண்டுவருகிறேன்,” என்று கிளம்பினார்.

வேகத்துடன் புறப்பட்ட அவரிடம் நாரதர், “எமதர்மரே! இப்போதாவது நான் சொல்வதை கேளுங்கள். சத்தியவானின் உயிரைக் கவர்ந்து வர முடியாமல் எம கிங்கரர்கள் திரும்பிவிட்டனர். இதற்கு அவளுடைய பதிபக்தியே காரணம். பக்தியின் காரணமாக மார்க்கண்டேயருக்கு சிரஞ்சீவித்தன்மையை அளித்தீர்கள். சாவித்திரியின் பதிபக்தியையும் கற்பின் திண்மையையும் பாருங்கள். மார்க்கண்டேயன் விஷயத்தில் சதாசிவனுக்காக செய்தீர்கள். இங்கே சாவித்திரி விஷயத்தில் எனக்காக செய்யக்கூடாதா? பக்திக்காக சிரஞ்சீவித்தன்மையை அளித்த நீங்கள், பதி பக்திக்காக இன்னும் கொஞ்சம் ஆயுளை அதிகமாக அளிக்கக்கூடாதா?”

“நீர் என்ன சொன்னாலும் சரி. சத்தியவானின் உயிரைப் பறித்துவர நானே இப்போது போகிறேன்.”

“எமதர்மரே! எத்தனை முறை நான் எவ்வளவோ எடுத்துச் சொல்லியும் நீங்கள் கேட்பதாயில்லை. ‘நேரில் போய் உயிரைப் பறித்து வருகிறேன்’ என்கிறீர்கள். இப்போது நான் சொல்வதைக் கேளுங்கள். நீங்கள் சத்தியவானின் உயிரை வேண்டுமானாலும் எடுக்கலாம், ஆனால் உயிரைப் பிடித்துவைத்துக்கொண்டு இங்கே கொண்டுவர முடியாது. உங்களால் அப்படி செய்ய முடிந்தால் என் பெயரை மாற்றிக்கொள்கிறேன். அதில் எனக்கு எந்தத் தயக்கமும் இல்லை; எந்தத் தடையும் இல்லை. நீங்கள் நிச்சயம் இந்த விஷயத்தில் தோற்கத்தான் போகிறீர்கள்,” என்று சொன்னார் நாரதர். பிறகு நேராக தம் தந்தை பிரம்மதேவனிடம் சென்று, அவருடைய உதவியால் கருணா தேவியை எமனின் மனதில் இருக்கச் செய்தார்.

10. அந்த நாள்

சத்தியவானும் சாவித்திரியும் இணைந்து காட்டில் நடந்து மகிழ்ந்து வெகுதூரம் வந்துவிட்டார்கள்.

"சாவித்திரி நாம் வெகு தொலைவுக்கு வந்துவிட்டோம் போல் தெரிகிறதே. இந்த மரத்தில் ஏறி பழங்களைப் பறிக்கிறேன். பிறகு விறகு சேகரித்துக்கொண்டு திரும்புவோம். பெற்றோரும் மாடவ்யனும் காத்திருப்பார்கள்."

"நீங்கள் மரத்தில் ஏற வேண்டாம். இருக்கும் கனிகள் போதும். கீழே விழுந்தவற்றையும் எடுத்துக்கொள்ளலாம்."

"விறகு வேண்டுமே சாவித்திரி. கீழே இருக்கும் கனிகளை நீ சேகரித்துக்கொள். மரத்திலிருக்கும் அந்த காய்ந்த கொப்புகளை வெட்டிக் கீழேபோடுகிறேன்," என்று சொல்லி மரத்தில் ஏறினான் சத்தியவான்.

சத்தியவானின் உடல் முழுக்க வியர்த்தது. தலை பாரமாகி வலி அதிகமானது. மரத்திலிருந்து சரசரவென கீழே இறங்கினான். அவனையே பார்த்துக்கொண்டிருந்த சாவித்திரி அச்சத்துடன் விரைந்து அவனை நெருங்கினாள்.

"என்ன செய்கிறது சுவாமி? நீங்கள் களைத்துப்போயிருக்கிறீர்கள். கொஞ்சம் ஓய்வெடுங்களேன்."

"சாவித்திரி தலையில் அதிகமாகவலிக்கிறது. உடல்முழுக்கவியர்த்துக் கொட்டுகிறது. தலை வெடித்து விடுவது போல வலியிருக்கிறது."

"நீங்கள் ஓய்வில்லாமல் விறகு வெட்டினீர்கள். அதனால் அப்படி இருக்கும். வந்து கொஞ்சம் ஓய்வெடுங்கள். ஓய்வெடுத்தால் தலைவலி சரியாகிவிடும்," என்று சத்தியவானை உட்கார வைத்து தானும் அவன் அருகில் அமர்ந்துகொண்டாள்.

"கண் இருட்டிக்கொண்டு வருகிறது சாவித்திரி. பெரிய மலையையே தலையில் சுமப்பது போலிருக்கிறது. சூலத்தால் தலையைக் குத்துவது போல் வலிக்கிறது. கண் மங்குகிறது. வலி அதிகமாவதால் என் அறிவும் மங்குவது போலிருக்கிறது. தலை சுற்றுகிறது. நாக்கு தடுமாறுகிறது வார்த்தை குளறுகிறது. தலைவலியில் உயிரே போய்விடும் போலிருக்கிறது."

சாவித்திரி திடுக்கிட்டுப் போனாள்.

"இப்படிப் பேச வேண்டாம் சுவாமி. வலி இன்னும் அதிகமாகி விடும். கொஞ்சம் அமைதியாக இருங்கள்."

"எதுவுமறியாத உன்னை இந்தக் காட்டில் தனியாக விட்டிருக்கிறேனே. உதவிக்கு யாருமில்லையே... நீ என்ன செய்வாய்? அங்கே பெற்றோர் வேறு தனியாக இருக்கிறார்களே. என்னையும் பெற்றோரையும் நீ சிரத்தையுடன் கவனித்துக்கொண்டாய். நீ எங்களுடன் இருந்து கஷ்டப்படுகிறாயே... அவர்களுக்கு யார் உதவி செய்வார்கள்?"

"சுவாமி அமைதியாக இருங்கள். அவர்களை விட்டுவிலகாமல் கவனித்துக்கொள்ள உங்கள் சகோதரன் போல் அங்கே மாடவ்யன் இருக்கிறாரே. நீங்கள் கலங்க வேண்டாம். தைரியமாக இருங்கள். என் மடியில் தலை வைத்து படுத்துக்கொள்ளுங்கள். தூங்கி எழுந்தால் எல்லாம் சரியாகிவிடும். நான் லேசாக தலையைப் பிடித்து விடுகிறேன்," என்று அவனைத் தன்மடிமீது சாய்த்து படுக்கவைத்துக் கொண்டாள்.

"அன்பே சாவித்திரி, இப்படி எனக்கு ஏதும் ஆகிவிடும் என்று முன்பே அறிந்ததால்தான் என்னுடன் வருகிறேன் என்று சொன்னாயா? அய்யோ அங்கே பார். பயங்கரமாய் ஒருவன் வந்து நிற்கிறான். அவன் யாரென்று தெரியவில்லையே. அங்கே பார்," என்று அந்த திசையில் கையை நீட்டிக் காட்டினான்.

"அய்யோ சுவாமி. உலகைக் காப்பவனே! தெய்வமே, என் கணவனைக் காப்பாய் என்று உன்னை வணங்கி வாழ்ந்தேனே! அவரில்லாமல் நான் எப்படி வாழ்வேன்? ஒரு வருடத்துக்கு முன்பு நாரதர் இதைச் சொன்னாரே. அவர் குறிப்பிட்ட நேரம் வந்துவிட்டது போலிருக்கிறதே. என் பதிபக்தியால் கற்பின் திண்மையால் உன் கருணையால் அவரைக் காத்துவிடுவேன், இவரையே திருமணம் செய்துகொள்வேன் என்று இருந்தேனே. காயத்ரி மந்திரத்தை விடாமல் ஜெபித்தேனே... உபவாசம், விரதம் இருந்தேனே. இப்போது என்ன செய்வேன்? அவரில்லாமல் எப்படி வாழ்வேன்?" என்று புலம்பிய சாவித்திரி பதறித் துடித்தாள். முந்தானையால் முகத்தை மூடி அழுது கதறினாள்.

"என் அன்பே சாவித்திரி. அற்ப ஆயுளில் நான் போய்விடுவேன் என்று தெரிந்தும் என்னை மணந்துகொள்ள வந்தாயே. உன் கருணைக்கு நிகர் ஏது? உன் காதலுக்கு இணை ஏது? இந்த உலகில் மட்டுமல்ல. மூவுலகிலும் நீ போற்றப்படுவாய். உன்னை எந்தக் குறையும் தீண்டாது. நீ பரிசுத்தமானவள். நீ எல்லாம் அறிந்தவள். இருந்தாலும் இப்போது நான் ஒன்று சொல்கிறேன் கேள். எத்தனை அழுதாலும் மாண்டவர் மீண்டு வர முடியாது. நீ சென்று

பெற்றோருக்கு மன வருத்தம் இல்லாமல் பார்த்துக்கொள். நீயும் அவர்களும் வருந்தினால், அந்த துக்கத்தில் உயிர் விட நேர்ந்தால் அந்தப் பாவமும் என்னையே வந்து சேரும். ஆ... அய்யோ! அதோ அங்கேபார். அவன் பாசக்கயிறை வீசிவிட்டான். இதோ அதில் என்னைக் கட்டி இழுக்கிறான். இறக்கும்போது என்ன நினைத்து இறக்கிறோமோ அதுவாகவே மறுஜென்மத்தில் பிறப்போம். அதனால், உன்னையே நினைக்கிறேன். மறுஜென்மத்திலும் உன்னையே சேர்வேன்," என்றான்.

கண்ணீர் வழிய சாவித்திரியின் கையைப் பிடித்து கண்களில் கன்னத்தில் ஒற்றி எடுக்கிறான். கண்களை விழித்து விழித்துப் பார்த்தவன் விழிகளை மூடிவிடுகிறான். அவன் கால்களுக்கு அருகில் ஒரு உருவம் தென்பட்டது.

"அய்யா தாங்கள் யார்? இங்கே எதற்காக வந்தீர்கள்?" என்று கேட்டாள்.

உயிரைப் பறிக்க வந்த எமன்தானோ என்பதை உணர்ந்து, தன் மடியிலிருந்த கணவன் சத்தியவானின் தலையைக் கீழே கிடத்திவிட்டு எழுந்த சாவித்திரி மீண்டும் சுற்றிலும் பார்த்தாள். கறுப்பும் வெளுப்பும் கலந்த பருத்த உருவத்தோடும் சிவந்த கண்களோடும் தென்படும் உருவம் தெரிய, திட மனதுடன் எழுந்தாள். நாரதர் கூறியபடி இனி தன் கணவனின் உயிரை மீட்க எமனுடன் உரையாட வேண்டும் என்று உறுதி எடுத்துக்கொண்டவள், அந்த உருவத்தைப் பின்தொடர்ந்தாள்.

மரணத்தின் கடவுளான எமதர்மர் யாருடைய கண்ணுக்கும் தெரியமாட்டார். சாவித்திரியின் பதிபக்தியாலும் மனத் திண்மையாலும் அவளால் எமனைப் பார்க்க முடிந்தது.

11. எமனுடன் உரையாடல்

நீங்கள் யார் என்று கேட்ட சாவித்திரியின் கேள்வியால் எமதர்மர் திகைத்து நின்றுவிட்டார். அவளுடைய மேன்மையான குணத்தால் தவநெறி விரத மகிமையால் அவளால் நம்மைப் பார்க்க முடிந்தது என்பதை உணர்ந்து சாவித்திரியிடம் உண்மையைக் கூறினார்.

"மகளே! இன்றோடு உன் கணவனின் ஆயுட்காலம் முடிந்தது. ஆயுட்காலம் முடிந்த உயிர்களைப் பறித்துச் செல்லும் நான்தான் அந்த எமதர்மன். அவனுடைய உயிரை எடுத்துப் போவதற்காக வந்திருக்கிறேன். யாருடைய கண் பார்வைக்கும் நான் தெரிய மாட்டேன். உன்னிடம் இருக்கும் ஆன்ம சக்தியால் உன் கண்களுக்கு நான் தெரிகிறேன். அதனால் நீ கேட்ட உன் கேள்விக்கு பதில் கூறினேன்."

"சுவாமி! தாங்கள் தர்மராஜன் அல்லவா? அப்படி இருக்க என்னை பரிதவிக்க விட்டு என் கணவனின் உயிரை எடுத்துச் செல்வது நியாயம்தானா பிரபுவே?"

"நீ பேசுவது விசித்திரமாயிருக்கிறதே. உன்னைப் பரிதவிக்க வைப்பது என்னுடைய நோக்கமல்ல. விதியின்படி பிரம்மதேவன் எழுதிய தலை எழுத்தின்படி இன்று இந்த உயிரை எடுத்துச் செல்வது என் கடமை," என்ற எமதர்மன் பாசக்கயிறை வீசி சத்தியவானின் உடலிலிருந்து உயிரைப் பிரித்தான்.

சத்தியவானின் உயிர்போய்விடுகிறது. சத்தியவான் இறந்து கிடந்தான்.

எமன் மெதுவாக தென்திசை நோக்கிச் சென்றான். சிறிது தூரம் சென்றதும் திரும்பிப் பார்த்தான். சாவித்திரி அவனைப் பின்தொடர்ந்து வந்துகொண்டிருந்தாள்.

பாசக்கயிறில் கட்டப்பட்டிருந்த சத்தியவானின் உயிரைப் பின் தொடர்ந்தவள், எமன் திரும்பிப் பார்த்ததும் அவனை இரு கரம் கூப்பி வணங்கினாள்.

"என் நாதனின் உயிரை எனக்கு கொடுத்துவிடுங்கள் சுவாமி. அவரில்லாமல் எனக்கு வாழ்க்கை இல்லை. என்னையும் அழைத்துச் செல்லுங்கள்."

"எப்படி குறிப்பிட்ட நேரத்தில் உயிரை எடுத்துப்போகவேண்டுமோ அதுபோல் தான் எதுவும் நடக்கும். இப்போது உன்னை அழைத்துச் செல்ல இயலாது. உன் ஆயுட்காலம் முடிவுக்கு வரும்போது

உன்னிடம் கேட்காமலேயே உன் உயிர் எடுத்துச் செல்லப்படும். இப்போது நீ திரும்பிப் போய்விடு."

"அப்படிச் சொல்லாதீர்கள் சுவாமி. என் துயரை நீக்கி அதற்கான வழியைச் சொல்லாமல் என்னைத் திரும்பிப் போகச்சொன்னால் நான் எப்படி எங்கு போவேன்?"

"பேதைப் பெண்ணே. முன்விதிப்படி நடந்த விஷயத்துக்கு நீ துக்கப்பட்டால் அதற்கு நான் என்ன செய்ய முடியும்?"

"சுவாமி தங்களிடம் அடைக்கலம் புகுந்தேன். ஆதரிக்காமல் அனுப்பினால் எங்கு செல்வேன்? எனக்கு யார் இருக்கிறார்கள்?"

"ஓ சாமர்த்தியமாக பேசுகிறாயா சாவித்திரி. உன் தாய் தந்தையரும் மாமனாரும் மாமியாரும் இருக்கிறார்களே. உறவுகள் இருக்கும்போதே யாருமில்லை என்கிறாயே? இதென்ன ஜாலம்?"

"குலப்பெண்ணுக்கு கணவனே தெய்வமல்லவா. நான் ஆணாக இருந்திருந்தால் தாய் தந்தையர் என்னைக் கொண்டாடி இருப்பார்கள். என் கணவன் இருந்திருந்தால் மாமனாரும் மாமியாரும் என்னைக் கொண்டாடி இருப்பார்கள். இத்தனை பேர் இருந்தாலும் எனக்கான என் கனவன் இல்லையே நான் என்ன செய்வேன்?"

"உன்னிடம் வாதம் செய்ய எனக்கு நேரமில்லை பெண்ணே. நீ திரும்பிப் போ!"

"அய்யா நான் என்ன செய்வேன்? கருணை கொண்டு பாருங்கள். சற்றேனும் என்னிடம் இரக்கம் காட்டுங்கள். தாங்கள் அறக்கடவுள் அல்லவா? அப்படியும் என் மேல் இரக்கம் வரவில்லையா? தாங்கள் சொல்வதுபோல செய்யலாம் என்றால், ஒரு வருடம் என்னைப் பிரியாமல் உடன் இருந்த என் ஆருயிர்க் கணவரை எப்படி விட்டுச் செல்வேன்? என்னால் இதை சகித்துக்கொள்ள முடியவில்லையே!"

"உலகில் ஆணாகப் பிறந்தவர் பெண்ணுக்காகவும், பெண்ணாகப் பிறந்தவர் ஆணுக்காகவும் சகிக்க முடியாத துயரத்தையே அடைகிறார்கள். இது கர்ம விதிப்படியே நடக்கிறது. உன்னிடம் பேசிக் கொண்டிருக்க எனக்கு அவகாசமில்லை. நான் போக வேண்டும். நீ வந்தவழியே திரும்பிச் சென்றுவிடு."

"சுவாமி முதலில் உங்களைப் பார்த்தபோதே தாங்கள் மனிதரல்ல தேவகணத்தைச் சேர்ந்தவர் என்று அறிந்துகொண்டேன். உங்கள் பதில்களின் மூலம் நீங்கள் யார் என்பதையும் தெரிந்துகொண்டேன். மனிதனின் ஆயுட்காலம் முடியும்போது அவரை அழைத்துச் செல்ல தங்களின் எம கிங்கரர்கள்தானே வருவார்கள். தாங்களே நேரடியாக வந்தமைக்கு ஏதும் முக்கிய காரணம் உள்ளதா சுவாமி?"

"உன் கணவனின் ஆயுள் முடிந்துவிட்டது. அதனால் அவன்

இறந்துபோனான். இது மட்டும்தான் உனக்குத் தெரியவேண்டியது. இந்த விஷயத்தை அவனுடைய பெற்றோருக்குச் சொல்லி, அவனுடைய இறுதிக் காரியத்தை சிறப்பாகச் செய்து முடியுங்கள். இப்போது கிளம்பு. போய்விடு."

"அதென்ன சுவாமி. இது என் ஆருயிர்க் கணவனின் உயிர் என்பதால் இதைப் பற்றி எப்படி நான் கேட்காமல் இருக்க முடியும்?"

"நீ மானுடப் பிறவி. இது தேவ ரகசியம். இதை அறியாமல் திரும்பத் திரும்ப இதைக் கேட்கிறாயே? உனக்கும் இந்தக் கேள்விக்கும் என்ன சம்பந்தம்? நீ திரும்பிப் போ."

எமனைத் தொடர்ந்து சென்று மீண்டும் சாவித்திரி கேட்கிறாள்.

"சுவாமி மானிடப்பிறவியை விட தேவர்கள் உயர்ந்த நிலையில் இருப்பவர்கள்தான். அவர்களும் மானிடராகப் பிறந்து முக்தியடைந்து தேவராக உயர்ந்தவர்கள்தானே? நான் மானிடப் பிறவி என்று இழிவாகக் கருதாதீர்கள். எனக்கு பதில் சொல்லிவிட்டுப் போங்கள்."

இருவருக்குள் இன்னும் பல தத்துவ விவாதங்கள் தொடர சாவித்திரியின் புத்திசாலித்தனத்தையும் அவளுடைய பதிபக்தியையும் கண்டு வியந்தான் எமதர்மன்.

'இவளுடன் பேசியிருக்கக் கூடாது' என்று நினைத்த எமதர்மன் ஏதாவது சொல்லிவிடலாம் என்று, "சாவித்திரி பாரம்மா. நாம் பேசிக்கொண்டே வெகு தொலைவு வந்துவிட்டோம். நீ மிகவும் களைத்துப்போயிருக்கிறாய். சத்தியவான் புண்ணிய புருஷன். அதனால்எமகிங்கரர்களால் அவன் உயிரை எடுத்துவர முடியவில்லை. அதனால் நானே நேரில் வந்தேன். நீ கேட்ட கேள்விக்கு உனக்கு பதில் கிடைத்து விட்டது. இப்போது நீ திரும்பிச் சென்றுவிடு," என்று மீண்டும் சொன்னார்.

"சுவாமி பத்து அடிகள் எடுத்து வைத்து உடன் நடந்தாலே நண்பர்கள் ஆகிவிடுவார்கள் என்று சொல்வார்களே. நான் அவருடன் ஒரு வருடம் வாழ்ந்திருக்கிறேன். உங்களைப் பின்தொடர்ந்து இவ்வளவு தூரம் வந்து விட்டேன். இதை மனதில்கொண்டு கருணை காட்டி என் கணவனின் உயிரைத் திருப்பிக் கொடுங்கள் சுவாமி."

"எத்தனை முறை சொன்னாலும் இதையே பேசுகிறாயே. ஈசன் விதித்ததை யாராலும் மாற்ற முடியாது."

"சற்றே இரக்கம் காட்டுங்கள் சுவாமி."

"எனக்கு உன் மேல் இரக்கமில்லாமல் இல்லை பெண்ணே. ஆனால் ஈசனின் கட்டளைப்படிதானே என்னால் எதுவும் செய்ய முடியும்? அதை நான் மீற முடியாதல்லவா?"

"அதென்ன கட்டளை? மார்க்கண்டேயனைக் காப்பாற்றினீர்களே

சுவாமி! மார்க்கண்டேயருக்கு சிரஞ்சீவி அளித்த ஈசன் வேறு இந்த ஈசன் வேறா? மார்க்கண்டேயன் மீது பாசக்கயிறு வீசிய எமன் தாங்கள்தானா அல்லது அந்த எமதர்மன் வேறு ஒருவரா?"

'இதைதானே நாரதர் வேறுவிதமாகச் சொன்னார். சிவனால் உதை பெற்றதாகச் சொன்னதும் கோபமடைந்தேன். இந்தப் பெண்ணின் பேச்சைக் கேட்கும்போது இரக்கம் வருகிறதே' என்று நினைத்த எமதர்மர், "சாவித்திரி பாரம்மா. அதுவும் அந்த ஈசன் சிவபெருமானின் திருவருளால்தானே கிடைத்தது. நான் எதுவும் செய்யவில்லையே. அந்த சிவனிடமே நீ கேட்பாயாக!"

"தர்ம தேவனே! சுவாமி! நான் அறியாத பெண் என்று என்னை ஏமாற்ற நினைக்கிறீர்களா? தாங்கள் வேறு சிவன் வேறா? சிவன் என்பது தாங்கள்தானே? உங்களையே சிவ பெருமானாக நினைத்துக் கேட்கிறேன் சுவாமி. என் கணவனின் உயிரைத் திருப்பித் தந்துவிடுங்கள்."

"பெண்ணே உன்னைப்பாராட்டுகிறேன். உன் புத்திசாலித்தனத்தை மெச்சி உன் கணவனின் உயிரைத் தவிர வேறு எது வேண்டுமானாலும் கேள் தருகிறேன். இல்லையென்றால் திரும்பிச் சென்றுவிடு."

என்ன கேட்கலாம் என்று யோசிக்கும் முன்பே, 'சத்தியவானின் பெற்றோருக்கான கண் பார்வையையாவது கேட்கலாம்' என்னும் எண்ணம் அவளுக்குத் தோன்றியது.

"சுவாமி என்னுடைய மாமனார் கஜகேது என்னும் பகைவனால் நாட்டை இழந்தார். இந்த வனத்தில் தவ வாழ்க்கை வாழ்கிறார். கண்பார்வையையும் இழந்தார். இழந்த நாட்டையும் அவர் திரும்பப் பெற வேண்டும். என்னுடைய மாமனாரின் கண்பார்வையும் திரும்பக் கிடைக்க வேண்டும். இதையே வரமாக அருளுங்கள் சுவாமி."

"அப்படியே ஆகட்டும். கஜகேது தானே வந்து உன் மாமனாரிடம் ராஜ்ஜியத்தைத் திருப்பித் தருவான். முன்பு போல் அரசாட்சி செய்து சுகமாக வாழலாம். அவருடைய கண் பார்வையும் முன்பு போல பிரகாசமாயிருக்கும். இந்த வரத்தைப் பெற்றுக்கொள். இனி நீ போகலாம்," என்ற எமதர்மர் திடீரென்று மறைந்துவிட்டார்.

'அய்யோ எமதர்மரைக் காணோமே. எங்கே சென்றுவிட்டார்? திடீரென்று மறைந்து போய் விட்டாரே. அவரைப் பின்தொடர்ந்து போக வேண்டுமே,' என்று சாவித்திரி வேகமாக எமனைத் தேடிச் சென்றாள்.

12. மலைக்க வைத்தவள்

இந்த மலைத்தொடரைக் கடந்து அவளால் வர முடியாது என்று நினைத்துக்கொண்டு மலைத்தொடரைக் கடந்து சென்றார் எமதர்மர்.

நடந்தும் ஓடியும் எமதர்மரைத் தேடிக்கொண்டு வந்த சாவித்திரி அவரைக் கண்டதும் மீண்டும் அவரைப் பின்தொடர ஆரம்பித்தாள்.

எப்படியாவது எமனின் மனதை மாற்றி சத்தியவானின் உயிரைத் திரும்பப் பெறவேண்டும் என்னும் பதைப்பில் களைப்பை மறந்து அவரின் பின்னே சென்றாள்.

'அதோ போகிறாரே அவருடைய மனதை மாற்ற வேண்டுமே' என்னும் தவிப்பில் அவளுடைய நடையில் வேகம் கூடியது.

"சுவாமி என்னை பரிதவிக்க விட்டு எங்கோ மறைந்து விட்டீர்களே. என்னிடம் இரக்கம் கொள்ளக்கூடாதா? உங்களைக் காணாமல் தவித்துப் போய்விட்டேன் சுவாமி."

'இவளுக்கு என்ன இவ்வளவு திடமான மனதா? மலைத் தொடரையும் கடந்து பின்னாலேயே வந்துவிட்டாளே!' என்று மலைத்துப்போனார் எமதர்மர்.

"பெண்ணே தர்மத்துக்கு பயந்து முன்னமே உனக்கான வரத்தைக் கொடுத்து விட்டேன். மீண்டும் இதையே பேசுகிறாய். இது வீண் வேலை. நீ திரும்பிப் போய்விடு."

"சுவாமி மார்க்கண்டேயனுக்கு என்றும் பதினாறு என்று நிறைந்த வாழ்க்கையை அளித்தீர்கள். அதைப் போன்றே என் கணவனுக்கும் வேண்டும் என்று கேட்கிறேன். ஏன் இதற்கு மட்டும் தடை செய்கிறீர்கள்?"

"சாவித்திரி இறைவன் கட்டளைப்படியே நான் அதை செய்தேன் என்று தெரிந்தும் மீண்டும் இதையே கேட்கிறாய். இந்த விஷயத்தில் அவன் கட்டளையை மீறி என்னால் எதுவும் செய்ய முடியாது என்று தெரிந்தும் கேட்கிறாய். தயவுசெய்து போய்விடு."

"சுவாமி தெரிந்துதான் கேட்கிறேன். ஒருவருக்குக் கீழே இருந்து அவருக்காக பணிகள் செய்பவர் எப்போதும் அவர் சொல்வதையே செய்ய முடியாது. சில நேரங்களில் தானாகவே முடிவு எடுக்க வேண்டியிருக்கும். அதுபோல இந்த விஷயத்தில் நீங்களாகவே இப்போது முடிவு எடுங்கள். நீங்கள் சிறந்த காரியங்களைச்

செய்வதாலேயே உங்களை தர்மராஜா என்கிறார்கள். ஒருவர் இன்னொருவரை மனதாலும் சொல்லாலும் செயலாலும் துன்புறுத்தக் கூடாது. முடிந்த அளவில் உதவி செய்ய வேண்டும். அதுதானே அறம், அதுதானே தர்மம். அதுதானே நியாயம். என் ஆருயிர்க் கணவனின் உயிரைத் திருப்பிக்கொடுங்கள் சுவாமி."

"நீ இனிமையான சொற்களைப் பேசுகிறாய். மகிழ்ந்து பாராட்டுகிறேன். உனக்காக இரங்கி ஒரு வரம் அளிக்கிறேன். என்னையறியாமல் உன் மேல் கருணை பிறக்கிறது. அதனால், உன் கணவனின் உயிரைத் தவிர வேறு எது வேண்டுமானாலும் கேள். உடனே தருகிறேன்."

"சுவாமி என் பெற்றோருக்கு என்னைத் தவிர வேறு குழந்தைகள் இல்லை. அவர்களுக்கு ஆண் மக்கள் பிறக்க வேண்டும். எங்கள் வம்சம் தழைக்க வேண்டும். என் தந்தையின் இல்லம் ஒளியுடன் திகழ வேண்டும். அதை அருளுங்கள் சுவாமி."

"அப்படியே ஆகட்டும். உன் தந்தை வீரம் நிறைந்த ஆண் மகவைப் பெறுவார். இனி நீ என்னைப் பின்தொடர்ந்து வராதே."

"சுவாமி எனக்கு இத்தனை நன்மைகள் செய்த உங்களுக்கு பிரதிபலனாக என்னால் என்ன செய்யமுடியும்?"

"எதுவும் செய்ய வேண்டாம். அக்கினி ஆறு வருகிறது. இதைக் கடப்பது சிரமம். நீ திரும்பிப் போய்விடு. அதுவே போதும்," என்று கூறிய எமன் திடீரென மறைந்துவிட்டார்.

"ஆ! எங்கேயோ போய்விட்டாரே! எப்படிக் கண்டுபிடிப்பேன்?" என்று சாவித்திரி அவரைத் தேடிச் சென்றாள்.

13. கேட்ட வரமே கிடைத்தது

எம தர்மர் அக்கினி ஆற்றைக் கடந்து சென்றுவிட்டார்.

‘இந்த ஆற்றைக் கடந்து அவளால் வரமுடியாது. நிச்சயம் அவளால் வர முடியாது’ என்று தனக்குள் சொல்லிக்கொண்டு ஆற்றைக் கடந்தவர் மேலும் பயணத்தைத் தொடர்ந்தார்.

தூரத்தில் செல்லும் எமனைக் கண்ட சாவித்திரி, ‘அதோ போகிறார், அவர் கண் பார்வையிலிருந்து மறைவதற்கு முன்னால் அவர் பின்னால் போய்விடவேண்டும். இந்த அக்கினி ஆற்றை எப்படிக் கடப்பேன்?’ என்று திகைத்தாள். என்ன ஆனாலும் ஆகட்டும், இறந்தாலும் நல்லதுதான் என்று அக்கினி ஆற்றில் இறங்கினாள். அக்கினி ஆறு இரு புறமும் பிரிந்து அவள் நடந்து செல்ல வழி விட்டது.

விரைந்து கடந்து எமதர்மருக்கு அருகில் சென்றாள்.

“சுவாமி நீங்கள் இத்தனை வரங்களை அளித்தாலும், அவர் இல்லாமல் இந்த வரங்களால் எனக்கு என்ன நன்மை. அதனால், தயை கூர்ந்து என் ஆருயிர்க் கணவரின் உயிரைத் திருப்பித் தாருங்கள்,” என்றாள்.

“பெண்ணே, எத்தனையோ முறை நல்ல வார்த்தைகளில் எடுத்துச் சொல்லிவிட்டேன். அப்படியும் வந்து மீண்டும் இதையே கேட்கிறாய். இனி தயவுதாட்சண்யம் பார்க்க முடியாது. என்னைத் தொந்தரவு செய்யாதே. இங்கிருந்து போய்விடு. இல்லையென்றால் என் பட்டினத்தில் கஷ்டப்பட நேரிடும். எமலோகத்தில் தண்டனைகள் கடுமையாக இருக்கும். அதனால் திரும்பிப் போய்விடு.”

“சுவாமி, என்ன கஷ்டங்கள் எத்தனை துயர்கள் வந்தாலும் பரவாயில்லை. அவரில்லாமல் என்னால் திரும்பிப் போக முடியாது. அவருடைய உயிரைக் கொடுத்துவிட்டால் நான் இப்போதே திரும்பிப் போய்விடுகிறேன். நீங்கள் சொல்வதையே சொல்கிறீர்களே தவிர, எனக்கு என் கணவனின் மீது இருக்கும் பிரியத்தை பற்றை நீங்கள் கவனிக்கவே இல்லை. நம் இருவருக்கிடையில் இருக்கும் நட்பையும் நீங்கள் கவனிக்க வேண்டும். இது அறக்கடவுளாகிய உங்களுக்கு நியாயமாகத் தெரிகிறதா?”

“சாவித்திரி நான் எது செய்தாலும் உனக்கு அநியாயமாகப் படுகிறது. என்னளவில் ஆழ்ந்து யோசித்து நியாயமாகவே நடந்துகொள்கிறேன். யாராலும் என்னைக் காண முடியாது. யாரும்

என்னைப் பின்தொடர்ந்து வந்ததும் இல்லை. வரவும் முடியாது. நீ மிகவும் இனிமையாகப் பேசுகிறாய். நீ இவ்வளவுதூரம் என்னைப் பின்தொடர்ந்து வந்து இதை மீண்டும் மீண்டும் கேட்பதால் கடைசியாக உனக்கு ஒரு வரமளிக்கிறேன். உன் கணவனின் உயிரைத் தவிர என்ன வேண்டுமானாலும் கேள், தருகிறேன்."

'இனி இவரிடம் கெஞ்சிக் கேட்டும் எப்படிப் பேசியும் பயனில்லை. எப்படியாவது ஏதாவது சொல்லி இவருடைய மனதை உருக வைத்து தான் நம் கோரிக்கையைப் பெற்றுக்கொள்ள வேண்டும்' என்று தனக்குள் யோசித்தாள் சாவித்திரி.

"அப்படியானால் இனி ஒரு வரம் மட்டும் கொடுங்கள் சுவாமி."

"சரி. உன் கணவனின் உயிரைத் தவிர என்ன வேண்டுமானாலும் கேள். தருகிறேன். ஆனால் அந்த வரத்தைப் பெற்ற பிறகு என்னைப் பின்தொடர்ந்து வரக்கூடாது. இதற்கு சம்மதமென்றால் கேள். உடனே தருகிறேன்."

"சுவாமி தர்மத்துக்குத் தலைவனாக இருக்கும் தர்மதேவன் நீங்கள். அதனாலேயே எமதர்மன் என்னும் பெயரும் பெற்றீர்கள். எங்களுக்குத் திருமணம் முடிந்து இத்தனை நாட்கள் ஆகியும் எங்களுக்கு பெயர் சொல்லிக்கொள்ள ஒரு மகப்பேறு இல்லை. அதனால், கல்வி அறிவு நிறைந்த ஒரு மகன் கிடைக்கும் வரம் அளிக்க வேண்டும். இதுதான் என்னுடைய பிரார்த்தனை."

"உன்னைப் போன்ற ஒரு பெண்மணியைக் கண்டதுமில்லை. கேள்விப்பட்டதுமில்லை. ஆகவே வாழ்த்தி உனக்கு இந்த வரத்தை அப்படியே அளிக்கிறேன். கல்வி அறிவு நிறைந்த மகன் உனக்குப் பிறப்பான். சிறப்புற வாழ்ந்து புகழுடன் ஆட்சி செய்வான். மகிழ்ந்திரு. இதோ எமலோகம் வந்துவிட்டது. இனி என்னைப் பின்தொடராதே, போய்வா," என்ற கூறிய எமதர்மன் மறைந்துவிட்டார்.

"அய்யோ மீண்டும் மறைந்துவிட்டாரே. இனி என்ன செய்வேன்? அவரைக் காண முடியவில்லையென்றால் இங்கேயே உயிரை மாய்த்துக் கொள்ள வேண்டும்," என்று எமன் சென்ற திசையைப் பார்த்தாள் சாவித்திரி. காருண்யதேவியின் கருணையால் எமன் சாவித்திரியின் கண்களுக்குத் தெரிந்தான். எமனை நோக்கிச் சென்றாள்.

14. சாவித்திரியின் சாதுர்யம்

எமலோகத்துக்கு வந்த எமதர்மன் சிம்மாசனத்தில் அமர்கிறார். அனைவரும் அவரை வணங்குகின்றனர்.

“எம் தூதர்களே! இதோ சத்தியவானின் உயிரை எடுத்து வந்திருக்கிறேன். நீங்கள் கூறியதுபோல பதிவிரதையான கற்புக் கரசியான சாவித்திரி என்னைப் பார்த்துவிட்டாள்; என்னைப் பின்தொடர்ந்தும் வந்தாள்; மலைத்தொடரைக் கடந்து, அக்கினி ஆற்றைக் கடந்தும் வந்துவிட்டாள். எமலோகத்தின் கதவை மூடுங்கள். கணவனின் மீதான பாசத்தில் இங்கே வந்தாலும் வந்துவிடுவாள். நம் கோட்டையின் வாயில் கதவுகளை மூடுங்கள்,” என்று எமன் கூறியதும் கோட்டையின் வாயில் கதவுகள் அனைத்தையும் மூடினார்கள்.

சாவித்திரி எமலோகத்துக்கு வந்துவிட்டாள்.

‘இதுதான் எமலோகம் போல் தெரிகிறது. ஆனால் கோட்டையின் வாயில் கதவுகள் அனைத்தும் மூடி இருக்கிறதே. எமதர்மர் நமக்கு இத்தனை வரங்களை அளித்தும் பயனில்லாமல் போய்விட்டதே. அவரைப் பார்த்தால்தானே அனைத்தையும் பெற முடியும்’ என்று தனக்குள் பேசிக்கொண்டு வந்தவள், கோட்டையின் கதவுக்கு முன்பாக நின்றாள்.

‘நான் பதிவிரதையென்றால் இந்தக் கோட்டையின் கதவுகள் தானாகத் திறக்க வேண்டும்’ என்று கண்களை மூடி வேண்டினாள்.

அனைத்துக் கதவுகளும் படாரென்று திறக்க, உள்ளே நுழைந்து எமதர்மரின் முன்பாகப் போய் நின்றாள்.

“சாவித்திரி இனி என்னைத் தொடரமாட்டேன் என்று உறுதியளித்தாயே! அதை மீறி ஏன் இங்கு வந்தாய்?”

“சுவாமி. நான் அதை மீறவில்லை. என் உறுதியில் இம்மியளவும் பிசகினேனில்லை. நீங்கள்தான் வார்த்தை தவறி விட்டீர்கள்.”

“நானா... என்ன சொல்கிறாய்?” என்று கோபத்துடன் கேட்டார் எமதர்மர்.

“சுவாமி, கோபம் கொள்ள வேண்டாம். எனக்கு புத்திர பாக்கியம் அளித்தீர்கள் நினைவிருக்கிறதா?”

"ஆம். 'கல்வியில் சிறந்த மகனைப் பெறுவாய்' என்னும் அந்த வரத்தைக் கொடுத்துவிட்டுத்தானே வந்தேன். நன்றாக நினைவிருக்கிறது."

"சுவாமி, கணவனில்லாமல் ஒரு பெண்ணால் புத்திர பாக்கியத்தைப் பெற முடியுமா சொல்லுங்கள்? நேர்மையான முறையில் அனைத்து வரங்களும் கிடைக்க அருள் புரியுங்கள் சுவாமி."

"ஆஹா, மதியிழந்து விட்டேன். நீ புத்திசாலி சாவித்திரி. சாதுர்யமாகப் பேசி ஒரு வார்த்தையில் என்னை சிக்க வைத்து விட்டாய். கடைசியில் நாரத முனிவர் கூறியதுதான் நடந்தது."

அப்போது நாரதர் அங்கே வந்தார்.

"வாருங்கள் மகாமுனிவரே, நீங்கள் கூறியபடியே நடந்தது. வாருங்கள் அனைவரும் சென்று சத்தியவானுக்கு உயிரளித்து பட்டாபிஷேகம் செய்து வரலாம்," என்றார்.

"சுவாமி தங்கள் கருணையே கருணை. தர்மத்தை நிலைநாட்டும் தாங்கள் தர்மப்பிரபுவேதான்," என்று சாவித்திரி எமனை வணங்கினாள்.

சாவித்திரி, நாரதர், எமதர்மருடன் அனைவரும் பூலோகத்துக்கு வந்தனர்.

15. இனி எல்லாம் சுபமே

சத்தியவான் இருந்த இடத்துக்கு வந்த சாவித்திரி, அவனைக் கண்டதும் விரைந்தோடி வந்து அவனருகில் அமர்ந்து, அவனுடைய தலையைத் தூக்கித் தன் மடியில் வைத்துக்கொண்டாள். அவள் மடியிலேயே உயிர் பெற்றெழுந்த சத்தியவான் லேசாகத் திரும்பி புரண்டு படுத்தான். சாவித்திரி மகிழ்ந்தாள். உறக்கத்திலிருந்து எழுந்திருப்பதுபோல் எழுந்தான் சத்தியவான்.

எம தர்மர் சத்தியவானுக்கு உயிரைக் கொடுத்துவிட்டு மறைந்தார். சாவித்திரி இருகரம் கூப்பி அவரை வணங்கினாள்.

எழுந்தவுடன், "இருட்டிவிட்டதே, பெற்றோர் நம்மைக் காணாமல் தவிப்பார்களே," என்று சத்தியவான் கூறியதும், கனிகள் கோடாலி ஆகியவற்றை எடுத்துக்கொண்டு சத்தியவானும் சாவித்திரியும் பர்ணசாலையை நோக்கி நடந்தனர்.

"நீங்கள் நன்றாக உறங்கி எழுந்துவிட்டதால் உங்கள் களைப்பு சரியாகி இருக்கும். இப்போது தலைவலி சரியாகி விட்டதா? களைப்பில்லையே? நடக்க முடிகிறதா?" என்று சத்தியவானிடம் சாவித்திரி கேட்டாள்.

"ஆமாம் சாவித்திரி. யாரோ பயங்கரமான உருவத்துடன் வந்து என்னை எங்கேயோ தூக்கிக்கொண்டு போனது போலிருந்தது. ஆனால்இப்போதுஎல்லாம்சரியாகிவிட்டது,"என்றசத்தியவானிடம்,

"வாருங்கள் விரைவில் வீட்டுக்குப் போகலாம்," என்றவள், காட்டில் தானாக எரிந்து கொண்டிருந்த மூங்கில் சுள்ளியைக் கையில் எடுத்துக்கொண்டாள். அந்த வெளிச்சத்தில் நடந்து குடிலுக்கு வந்தனர்.

அங்கே இவர்கள் இருவரும் இன்னும் வரவில்லையே என்று துயமத்சேனரும் பத்மாக்ஷியும் காத்திருந்தனர். திடீரென அவர்களுக்கு கண் பார்வை கிடைத்தது.

இதென்ன விந்தை என்று பெருமகிழ்ச்சி அடைந்தனர்.

அப்போது சத்தியவானும் சாவித்திரியும் வந்து சேர்ந்தனர்.

'இன்னும் குழந்தைகள் வீட்டுக்கு வரவில்லையே,' என்று பதற்றத்துடன் இருந்தவர்கள் இருவரையும் பார்த்ததும் மகிழ்ந்தனர்.

தூரத்தில் சிலர் வருவதும் பேரொலியும் கேட்டது. கஜகேது

சேனையுடன் வந்துதுயமத்சேனரிடம் மன்னிப்பு கேட்டு ராஜ்யத்தை ஒப்படைத்தான்.

“இதில் என் செயல் எதுவும் இல்லை. எல்லாம் இறைவன் செயல்,” என்றார் துயமத்சேனர்.

அப்போது அங்கே வந்த கௌதம முனிவர், “உங்களுக்கு கண் பார்வை கிடைத்திருக்கிறது. இவர்கள் இருவரும் இரவில் தாமதமாக வந்திருக்கிறார்கள். இதில் ஏதோ ஒரு விஷயம் இருக்கிறது. என்ன என்று சாவித்திரியிடம் கேட்டால் விடை தெரியலாம். அம்மா சாவித்திரி என்ன நடந்தது சொல் அம்மா,” என்றார்.

சாவித்திரி, “நாரத முனிவர் முன்பு கூறியதுபோல், இன்று காலையில் எம தர்மன் வந்து என் ஆருயிர்க் கணவரின் உயிரை எடுத்துக்கொண்டு சென்றார். அவருக்குப் பின்னால் சென்றேன். மாமனாருக்கு நாடும் கண்பார்வையும் கிடைக்க வேண்டும் என்று ஒவ்வொரு வரமாகப் பெற்று கணவரின் உயிரையும் பெற்றுத் திரும்பி வந்தேன்,” என்று விபரமாக அனைத்து விஷயங்களையும் எடுத்துரைத்தாள்.

அனைவரும் சாளுவ நாட்டுக்குச் சென்றனர். அரியணையில் அரசர் அமர்ந்ததும், சத்தியவான் இளவரசனாக சாவித்திரியுடன் கொலுவீற்றிருந்தான்.

அப்போது சாவித்திரியின் பெற்றோரும் மக்களும் வாழ்த்தி மகிழ்ந்தனர்.

அங்கே வந்த நாரதரும் வாழ்த்தினார்.

சாவித்திரி சத்யவானுடன் நிறை வாழ்வு வாழ்ந்து மகிழ்ந்தாள்.

யட்சனின் கேள்விகளும் தர்மரின் பதில்களும்

தர்மன்

(யட்சனின் கேள்விகள்)

யட்சன் ஒருவன், தர்மரிடம் கேள்விகள் கேட்க, அவன் கேட்கும் அனைத்து கேள்விகளுக்கும் தர்மர் பதில் கூறுகிறார். யக்ஷன் கேள்வி கேட்பதால், இது யக்ஷ ப்ரச்னம் என்றே சொல்லப்படுகிறது.

மகாபாரதம், பதினெட்டு பர்வங்களில், ஒன்றே கால் லட்சம் சுலோகங்கள் கூடியதாய் வேத வியாஸரால் இயற்றப்பட்டது. அதில் மூன்றாவது பர்வமான, வனபர்வதத்தின் கடைசி பர்வமாகிய ஆரணேய பர்வத்தில் நடக்கும் காட்சி இது.

பாண்டவர்கள், 'த்வைதவனம்' என்னும் வனத்தில் இருந்தபோது ஒரு பிராமணன் பாண்டவர்களைத் தேடி வந்து உதவி கேட்கிறான்.

அந்த பிராமணன் அக்னியை உற்பத்தி செய்ய வைத்திருந்த அரணிக் கட்டைகளையும், அதைக் கடையும் மத்தையும் ஒரு மரத்தில் மாட்டி வைத்திருந்தான். அந்த மரத்தின் அருகில் வந்த ஒரு மான், மரத்தில் உராய்ந்தது. அப்போது அரணிக்கட்டைகளும், மத்தும் மானின் கொம்பில் மாட்டிக் கொண்டன. அந்த மானோ உடனே அந்த வனத்தை விட்டு வெகுதூரம் ஓடிவிட்டது.

அந்த அரணிக் கட்டைகளும், மத்தும் இல்லாமல் பிராமணனால் யாகங்களை செய்ய முடியவில்லையென்று பாண்டவர்களிடம் முறையிட வந்தான். பாண்டவர்கள் அந்த மானிடமிருந்து அந்த அரணிக் கட்டைகளையும், மத்தையும் பெற்று அதை பிராமணனிடம் திருப்பி அளித்துவிட வேண்டுமென்று அந்த மானைப் பின் தொடர்ந்து ஓடினார்கள்.

மான் நிற்காமல் தொடர்ந்து ஓடி அவர்களுக்குப் போக்குக் காட்டியபடி வனத்துக்குள் மறைந்து போய் விட்டது. வனம் முழுவதும் சுற்றிச் சுற்றி அலைந்து தேடியும் அவர்களுக்கு அந்த மான் அகப்படவில்லை.

பாண்டவர்கள், பசியும் தாகமும் வாட்ட களைத்துப் போயிருந்தனர். ஒரு ஆலமரத்தடியில் சோர்ந்து போய் அமர்ந்து

விட்டனர்.

அப்போது தருமர், நகுலனிடம்,"மரத்தின் மேல் ஏறி அனைத்து திசைகளிலும் பார் நகுலா. அடர்ந்த மரங்கள் இருப்பது ஏதும் தெரிந்தால், அதன் அருகில் நீர்நிலை ஏதும் இருக்கும். அங்கே சென்று சிறிது நீர் எடுத்துவா" என்றார்.

உடனே நகுலன் விரைந்து அந்த மரத்தின் மேல் ஏறினான். அங்கிருந்து, சுற்றிலும் பார்த்துவிட்டு அண்ணனிடம் கூறினான்: "நீர்நிலைக்கருகே வளர்ந்திருக்கும் பல மரங்கள் தெரிகின்றன அண்ணா. கொக்குகளின் குரல்களையும் கேட்கிறேன். சந்தேகமின்றி இங்கே எங்கோ நீர்நிலை இருக்க வேண்டும்," என்று சொல்லிவிட்டு மரத்திலிருந்து இறங்கினான்.

அண்ணனின் ஆணைப்படி அங்கே நீர் எடுக்கச் சென்றான்.

பறவைகளால் சூழப்பட்ட தெளிந்த நீர்நிலையைக் கண்டதும் மகிழ்ந்துபோய் அதன் அருகில் சென்றான். அம்புகளை வைக்கும் பெட்டியில் மற்றவர்களுக்கு நீர் எடுத்துச் செல்ல விரும்பியவன், தாகம் மேலிட, நீர் அருந்த நீருக்கு அருகில் சென்றான்; நீர் அருந்தக் குனிந்தான். அப்போது திடீரென ஒரு அசரீரி குரல் கேட்டது.

"இந்த சாகஸம் வேண்டாம் குழந்தாய். மாத்ரியின் மைந்தனே! இந்த குளம் எனக்குச் சொந்தமானது. குளத்து நீரைப் பருக வேண்டுமென்றால் நான் கேட்கும் கேள்விகளுக்கு பதில் சொல்ல வேண்டும்," என்றது அந்தக் குரல்.

மேலும் தொடர்ந்து, "முதலில் என் கேள்விக்கு பதில் சொல்லி விட்டு நீர் அருந்து, பிறகு நீரினை எடுத்துச் செல்," என்றது அசரீரி.

தாகத்தால் தவித்த நகுலன் அந்தக் குரலை கவனிக்காமல் உதாசீனம் செய்து விட்டு, குளிர்ந்த நீரைக் கைகளால் அள்ளி அள்ளிப் பருகினான். உடனே கீழே மயங்கி வீழ்ந்தான்.

நகுலன் வர தாமதமானதைக் கண்ட தர்மர், சகாதேவனிடம் தண்ணீர் எடுத்து வரச்சொல்லி நகுலனையும் தேடி அழைத்து வரச்சொன்னார்.

நகுலன் சென்ற அதே திசையில் சென்ற சகாதேவன், நகுலன் பூமியில் உயிரிழந்து கிடப்பதைக் கண்ட சோகத்துடனும், தாகத்துடனும் நீருக்கு அருகே சென்றதும், அந்த அசரீரி குரல் மீண்டும் ஒலித்தது.

"இது எனக்கு சொந்தமான இடம். என் கேள்விகளுக்கு பதில் சொல்லிவிட்டு, நீர் அருந்து," என்றது.

அதைக் கேட்காமல் களைப்புடன், தாகம் தீர குளிர்ந்த நீரைக் குடித்த சகாதேவனும் அங்கேயே சவமாய் வீழ்ந்தான்.

தர்மரின் ஆணைப்படி அர்ஜுனனும், பீமனும் சென்று, அவர்களும் அசரீரி கூறியதைக் கேட்காமல் நீர் அருந்தி மாண்டனர்.

கடைசியாக தர்மபுத்திரன் தம்பிகளைத் தேடி அந்த இடத்துக்கு வந்தார். கீழே வீழ்ந்து கிடக்கும் நான்கு சகோதரர்களையும் கண்டு வருந்தினார்.

தைரியம் நிறைந்த வீரர்களான தனது தம்பிகளைக் கொன்றது யாராய் இருக்கும் என சுற்றிலும் பார்த்தார். யாரும் இருப்பதாகத் தெரியவில்லை. எந்த ஆயுதமும் தென்படவில்லை.

எவரும் வந்த சென்றதற்கான வேறு காலடித் தடங்களும் இல்லையென்பதைப் பார்த்தார். அலைந்த களைப்பில் தாகம் மேலிட, சகோதரர்கள் வீழ்ந்து கிடப்பதைப் பார்த்த கவலையும் சேர்ந்து கொண்டதில் சோர்ந்து போய்த் தண்ணீர் பருகச் சென்றார்.

அதே அசரீரி ஒலித்தது. தர்மர் உடனே, "தாங்கள்யார்? என் பார்வைக்குத் தெரியும்படித் தாங்கள் யாரெனக் காட்ட வேண்டும்?" என்றதும், அசரீரி கொக்கு வடிவில் வந்தது.

தர்மர் தன் முன்னே தோன்றிய கொக்கைப் பார்த்து, "தாங்கள் யார்? நாங்கள் உங்களுக்காக என்ன செய்ய வேண்டும்? என் சகோதரர்களின் இந்த நிலைமைக்குக் காரணம் என்னவென்று உங்களுக்குத் தெரியுமா? என் மனம் நடுங்குகிறது. உண்மையைக் கூறுங்கள்," என்று கேட்டார்.

கொக்கும், "நான் ஒரு யட்சன்," என்றது. "இந்த இடம் எனக்குச் சொந்தமானது. உன் தம்பிகள் நான் சொல்வதைக் கேட்காமல் நீர் அருந்தியதால் இந்த நிலைக்கு ஆளாகிவிட்டனர். நீ என் கேள்விகளுக்கு பதில் சொன்னாயானால் நீர் அருந்தலாம். இல்லையெனில், இவர்களுக்கு நேர்ந்த இதேநிலை தான் உனக்கும் நேரும்," என்று சொன்னதும் நடந்தவற்றை அறிந்து கவலையுடன் இருந்த தர்மர் யக்ஷனை வணங்கினார்.

வணங்கி விட்டு தர்மர் யட்சனைப் பார்த்து, "ஐயா, தாங்கள் கேள்விகளைக் கேளுங்கள். எனக்குத் தெரிந்தவரையில் பதில் சொல்கிறேன்,"என்றார்.

யட்சன் உடனே தர்மரிடம் கேள்விகளைக் கேட்க ஆரம்பித்தான்.

மொத்தம் 124 கேள்விகளை யட்சன் கேட்க அனைத்து கேள்விகளுக்கும் தர்மர் பதில் சொல்கிறார். லௌகீகத்துக்கும் வைதீகத்துக்கும் இடையூறில்லாமல் புறம்பில்லாமல் தர்மன்

பதில்களை அளிக்கிறார்.

தர்மபுத்திரன் எமதர்மராஜனின் மகனாகப் பிறந்தவர். தர்ம தேவதையே கொக்கு உருவில் வந்தவர். யட்சனின் உருவிலும் தர்மதேவதையே வந்தார். தர்மதேவதையே கேள்வி கேட்கிறார். தர்மத்தின் மகனே பதிலை அளிக்கிறார்.

தர்மம் கேட்க தர்மத்தின் மகனே பதில் சொல்லும் விசேஷமான கேள்வி பதில் பகுதி இது.

124 கேள்விகளில், நான்கு நான்கு கேள்விகளாக ஒரே பொருளைப் பற்றிப் பேசுவதாக கொடுக்கப்பட்டுள்ளது. பல இடங்களில், யட்சன் நான்கு நான்கு கேள்விகளாக கேட்கவும், தருமர் நான்கு நான்கு பதில்களாக சொல்வதாகவும் கொடுக்கப்பட்டுள்ளது. சில இடங்களில் இரண்டு, மூன்று கேள்விகளும் கூட உள்ளன.

இங்கே யட்சன் கேட்கும் ஒரு கேள்வி, உடனே அந்த கேள்விக்கான தர்மரின் பதில் என்னும் வரிசையில் கேள்வி பதில்கள் கொடுக்கப்பட்டுள்ளன.

1. எது சூரியனை உதிக்கச் செய்கிறது?
   பிரம்மம் சூரியனை உதிக்கச் செய்கிறது.

2. யார் சூரியனுடன் செல்கிறார்கள்?
   தேவர்கள் சூரியனுடன் வருகிறார்கள்.

3. யாரால் சூரியன் அஸ்தமிக்கிறது?
   தர்மத்தால் சூரியன் அஸ்தமிக்கிறது.

4. யாரிடத்தில் சூரியன் நிலைத்துநிற்கிறான்?
   சத்தியத்தில் சூரியன் நிலைத்து நிற்கிறான்.

5. எதனால் ஒருவன் சுரோத்ரியன் ஆகிறான்?
   வேதத்தைக் கேட்டு அத்யயனம் செய்து பொருள் அறியும் காரணத்தால் ஒருவன் சுரோத்ரியன் ஆகிறான்.

6. ஒருவன் எதனால் மிக உயர்ந்த இடத்தை அடைகிறான்?
   தவத்தினால் ஒருவன் மிக உயர்ந்த இடத்தை அடைகிறான்.

7. யார் துணை நிற்கிறார்கள்? இரண்டாவதாக இருப்பவன் யார்?
   தைரியம் இரண்டாவதாக துணை நிற்கிறது.

8. எதனால் புத்திமான் ஆகிறான்?
   பெரியோர்களுக்கு நல்ல பணிவிடை செய்வதால் புத்திமான்

ஆகிறான்.

9. பிராமணர்களுக்கு உயர்ந்த தன்மை எது? (பிராமணர்கள் எதனால் தேவநிலை அடைகிறார்கள்?)
   வேதங்களைக் கற்பதால் பிராமணர்கள் உயர்ந்த தன்மையை (தேவநிலையை) அடைகிறார்கள்.

10. இருவருக்கும் பொதுவானது எது?
    தவம் செய்தல்.

11. பிராமணர்கள் எவ்விதம் மனிதனாக கருதப்படுகிறான்?
    மரணத்தால் மனிதநிலை அடைகிறார்கள்.

12. இருவருக்கும் பொதுவான இயல்பு எது?
    நிந்தனை செய்தல்.

13. க்ஷத்ரியன் எவ்விதம் உயர்ந்தநிலையை அடைகிறான்?
    வில், அம்பு போன்ற ஆயுதங்களால் மக்களைக் காப்பதால் க்ஷத்ரியன் உயர்ந்தநிலையை அடைகிறான்.

14. இருவருக்கும் பொதுவான நிலை எது?
    யாகம் செய்தல் இருவருக்கும் பொதுவான தர்மம்.

15. க்ஷத்ரியர்கள் மனிதநிலை அடைவது எதனால்?
    பயத்தினால்.

16. க்ஷத்ரியர்கள் தாழ்ந்தநிலையை எப்போது அடைகிறார்கள்?
    மக்களைக் காப்பாற்றாததால்.

17. யாகத்தில் முக்கியமான 'ஸாம' என்பது எது?
    வாழ்க்கை.

18. யாகத்தில் முக்கியமான 'யஜுர்' என்பது எது?
    மனம் 'யஜுர்' யாகத்துக்கு முக்கியமானது.

19. யாகத்தில் செய்யவேண்டியது?
    ரிக்.

20. யாகத்தில் எது இல்லாமல் முடிக்க முடியாது? (யாகம் எதைத் தாண்டி நடக்காது?)
    ரிக்.

21. உழவனுக்கு உயர்ந்தது எது?
    மழை.

22. அறுவடை செய்பவனுக்கு முக்கியமானது எது? (விதை

விதைப்பவனுக்கு முக்கியமானது எது?)

விதை.

23. *சுகமான வாழ்வை விரும்புபவனுக்கு முக்கியமானது எது?*

பசுக்கள்.

24. *விருத்தியடைய விரும்புபவர்களுக்கு முக்கியமானது எது? (சந்ததியை விரும்புபவர்களுக்கு முக்கியமானது எது?)*

மகன்.

25. *எவன் ஒருவன் உணர்வுகளை இந்திரியங்களால் அனுபவித்தாலும், புத்தியால் உணர்ந்தாலும், அறிவாளியென உலகத்தாலும், உலகமக்களாலும் புகழப்பட்டாலும், மூச்சு விட்டுக் கொண்டிருந்தாலும் உயிருடன் இருப்பவனாக கருதப்படமாட்டான்?*

தெய்வங்கள், விருந்தினர்கள், தன்னிடம் பணிபுரிபவர்கள், பித்ருக்கள் ஆகியோருக்கும் மற்றும் தனக்கும், எவன் ஒருவன் தகுந்த காலத்தில் இவர்களுக்கும் தேவையானதை அளிக்காமல், தானும் அனுபவிக்காமல் இருக்கிறானோ அவன் மூச்சு விட்டுக்கொண்டு உயிரோடிருந்தாலும், உயிருடனிருப்பவனாகக் கருதப்படுவதில்லை.

26. *பூமியை விட கனமானது (உயர்வானது) எது ?*

தாய் பூமியை விட உயர்ந்தவர்.

27. *ஆகாயத்தை விட உயர்ந்தது எது?*

தந்தையே ஆகாயத்தை விட உயர்ந்தவர்.

28. *வாயுவை விட வேகமானது எது?*

மனம் காற்றை விட வேகமானது.

29. *புல்லை விட எண்ணிக்கையில் அதிகமானது எது?*

கவலை புல்லை விட எண்ணிக்கையில் அதிகமானது.

30. *உறங்கும்போது எது கண்களை மூடுவதில்லை?*

மீன் உறங்கும்போது கண்களை மூடுவதில்லை.

31. *பிறந்ததும் அசையாமல் இருப்பது எது?*

முட்டை பிறந்த பின்பு அசையாதது.

32. *இதயம் எதற்கு இல்லை?*

கல்லுக்கு இதயம் இல்லை.

33. *வேகமாய் வளர்வது எது?*

நதி வேகமாய் வளர்வது.

34. தேசத்தை விட்டு வேறுதேசம் போவதற்கு யார் நண்பன்?
கல்வி.

35. வீட்டில் இருக்கும் மனிதனுக்கு யார் நண்பன்?
மனைவியே வீட்டில் இருக்கும் மனிதனுக்கு நண்பன்.

36. நோயாளிக்கு யார் நண்பன்? (வியாதியால் பாதிக்கப்பட்ட வனுக்கு யார் நண்பன்?)
வைத்தியன் நோயாளிக்கு நண்பன்.

37. மரணத்தருவாயில் நண்பன் யார்?
தானம் மரணத்தருவாயில் இருப்பவனுக்கு நண்பன்.

38. அனைவருக்கும் அதிதி யார்?
அக்னி அனைவருக்கும் விருந்தினன்.

39. எது சிறந்த அமிர்தம்?
பசுவின் பால் சிறந்த அமிர்தம்.

40. எப்போதும் உள்ள தர்மம் எது?
யாகம் எப்போதும் உள்ள தர்மம் ஆகும்.

41. உலகம் முழுவதும் எதனால் நிறைந்துள்ளது?
வாயுவால் உலகம் முழுவதும் நிறைந்துள்ளது.

42. ஒருவனாக எப்போதும் சஞ்சரிப்பது எது?
சூரியன் ஒருவனே எப்போதும் தனித்து சஞ்சரிக்கிறான்.

43. பிறந்தவன் யார் மறுபடியும் பிறக்கிறான்?
சந்திரன் தான் மறுபடியும் பிறக்கிறான்.

44. பனிக்கு மருந்து எது?
நெருப்பு ஒன்றே பனிக்கு மருந்து.

45. மிகப் பெரிய ஆதாரமான இடம் எது?
பூமி ஒன்றே மிகப் பெரிய ஆதாரநிலம்.

46. தர்மம் நிலைபெற சிறந்த சாதனம் எது?
விடாமுயற்சி ஒன்றே தர்மத்தை நிலைநிறுத்த முக்கியமான சாதனம்.

47. புகழைப் பெறுவதற்கு சிறந்த சாதனம் எது?
தானம் ஒன்றே புகழை நிலைநிறுத்த சிறந்த சாதனம்.

48. சொர்க்கத்தை அடைய சிறந்த சாதனம் எது?

சத்தியம் (உண்மை பேசுதலே) சொர்க்கத்தை அடைய சிறந்த சாதனம்.

49. சுகமடைய உயர்ந்த சாதனம் எது?
நன்னடத்தை (நல்லொழுக்கம்) சுகமடைய சிறந்த சாதனம்.

50. மனிதனின் ஆத்மா என்பவர் யார்?
மகனே மனிதனுடைய ஆத்மா.

51. மனிதனுக்குத் தோழனாக கடவுளால் அனுப்பப்பட்டவர் யார்?
மனைவிமனிதனுக்குத்தோழனாககடவுளால்அனுப்பப்பட்டவர்.

52. மனிதன் வாழ்வதற்கு சாதனம் எது??
மேகம் (மழையை அளிப்பதால்)

53. மனிதனுக்கு கடைசியில் அடைய வேண்டிய இடம் செல்ல சாதனம் எது?
தானம் (தியாகம் என்னும் சரணாகதி) மிக உயர்ந்தது.

54. செல்வம் பெற சிறந்தது எது?
விடாமுயற்சி (உற்சாகம், ஊக்கம்) செல்வம் பெற சிறந்தது.

55. செல்வத்தில் சிறந்தது எது?
அனைத்தையும் கற்றறியும் திறமையே செல்வத்தில் சிறந்தது.

56. சுகத்தில் சிறந்தது எது?
ஆரோக்கியம் ஒன்றே சிறந்த சுகம்.

57. மிகச் சிறந்த சுகம் எது?
திருப்தி ஒன்றே சிறந்த சுகம்.

58. உலகின் சிறந்த தர்மம் எது?
கருணை ஒன்றே சிறந்த தர்மம்.

59. எப்போதும் பலனளிக்கும் தர்மம் எது?
மூவித தர்மம் எப்போதும் பலனளிக்கும் தர்மம்.

60. எதைகட்டுக்குள்அடக்கினால்ஒருவன்துன்பம்அடைவதில்லை?
மனதை கட்டுக்குள் அடக்கினால் ஒருவன் துன்பம் அடைவதில்லை.

61. யாருடைய நட்பு பிரியாதது?
நல்லோர்களின் நட்பு பிரியாதது.

62. எதை விட்டுவிட்டால் அனைவரும் பிரியமாக இருப்பார்கள்?
கர்வத்தை (செருக்கினை) விட்டு விட்டால் அனைவரும் பிரியமாக இருப்பார்கள்.

63. எதை விட்டுவிட்டால் வருந்தாமல் இருக்கலாம்?
கோபத்தை விட்டுவிட்டால் வருந்தாமல் இருக்கலாம்.

64. எதை விட்டுவிட்டால் செல்வந்தன் ஆகலாம்?
ஆசையை விட்டுவிட்டால் செல்வந்தன் ஆகலாம்.

65. எதை விட்டுவிட்டால் சுகம் அடையலாம்?
பேராசையை விட்டுவிட்டால் சுகம் அடையலாம்.

66. எதற்காக பிராமணனுக்குத் தானம் கொடுக்கவேண்டும்?
தர்மத்திற்காக பிராமணனுக்கு தானம் கொடுக்க வேண்டும்.

67. எதற்காக நாடக நடனமணிகளுக்கு தானம் செய்ய வேண்டும்?
புகழுக்காக தானம் செய்ய வேண்டும்.

68. எதற்காக வேலைக்காரர்களுக்கு தானம் செய்ய வேண்டும்?
வேலை வாங்குவதற்காக வேலைக்காரர்களுக்கு தானம் செய்ய வேண்டும்.

69. ராஜாவுக்கு எதற்காக தானம் செய்ய வேண்டும்? (வரி கட்டுதல்)
பயத்தினால் ராஜாவுக்கு தானம் செய்ய வேண்டும்

70. உலகம் (ஆத்ம ஸ்வரூபம்) எதனால் மூடிமறைக்கப்பட்டுள்ளது?
அறியாமையால் உலகம் மூடிமறைக்கப்பட்டுள்ளது.

71. அது எதனால் பிரகாசிப்பதில்லை?
தமஸால் (அறியாமை இருளால்) அது பிரகாசிப்பதில்லை.

72. எதனால் நண்பர்களை இழக்கிறான்?
பேராசையால் நண்பர்களை இழக்கிறான்.

73. எதனால் சொர்க்கம் செல்ல முடியவில்லை?
உலகின் மீதுள்ள பற்றினால் சொர்க்கம் செல்ல முடியவில்லை.

74. மனிதன் மரணமடைந்தவனாக எப்போது கருதப்படுகிறான்?
தரித்திரன் மரணமடைந்தவனாக கருதப்படுகிறான்.
(செல்வம் இருந்தும் கொடுப்பவனாக இல்லையெனில் அவனே தரித்திரன்)

75. ராஜ்ஜியம் எப்போது அழிந்ததாகக் கருதப்படுகிறது?
ராஜா இல்லாத ராஜ்ஜியம் அழிந்ததாகக் கருதப்படுகிறது.

76. சிரார்த்தம் எப்போது நஷ்டமானதாகக் கருதப்படுகிறது?
வேதம் அறியாதவனால் செய்யப்படும் சிரார்த்தம் நஷ்டமானதாகக் கருதப்படுகிறது.

77. யாகம் எப்போது பயனற்றதாக ஆகிறது?
தட்சணை கொடுக்கப்படாத யாகம் பயனற்றதாக ஆகிறது.

78. 'திக்' என்பது எது?
(திசையைக் காட்டுபவன் யார்? (பாதையைக் காட்டுபவன் யார்?)
நல்லவன் சிறந்த வழிகாட்டி ஆவான்.

79. எது தண்ணீர் என்று சொல்லப்படுகிறது?
ஆகாயமே தண்ணீர் எனப்படுகிறது.

80. எது உணவு எனப்படுகிறது?
பசுவே உணவு எனப்படுகிறது.

81. எது விஷம் எனப்படுகிறது?
பிரார்த்தனையே விஷம்.

82. சிரார்த்தத்திற்கான தகுந்த காலம் எது?
பிராம்மணன் கிடைக்கும் காலம் சிரார்த்தத்திற்கு ஏற்ற காலம்.

83. ராஜனே! எதை ஞானம் என்கிறோம்?
உண்மையான பொருளை அறிதலே ஞானம்.

84. சமநிலை என்றால் என்ன?
மனம் அடங்கி அமைதியாக இருப்பதே சாந்திநிலை.

85. எது மிகச் சிறந்த தயை?
அனைவரின் சுகத்தை விரும்புவதே சிறந்த தயை.

86. ஆர்ஜவம் (நேர்மை, பணிவு, எளிமை) என்றால் என்ன?
சமநிலையில் மனம் இருப்பதே நேர்மை.

87. தவம் என்பது என்ன?
சுயதர்மத்தைச் சரியாகச் செய்வதே தவம் ஆகும்.

88. தமம் என்றால் என்ன?
மனதை அடக்கி கட்டுக்குள் வைப்பதே தமம்.

89. க்ஷமா என்றால் என்ன? (எது மிகச் சிறந்த பொறுமை?)
இருமைநிலைகளை பொறுத்துக்கொள்தல் க்ஷமா.

90. (ஹ்ரீ) எதற்கு வெட்கப்பட வேண்டும்?

முன்னோர்கள் செய்யாத தீயசெயல்களைச் செய்ய வெட்கப்பட வேண்டும்.

91. மனிதர்களால் வெல்லமுடியாத எதிரி யார்?

கோபம் மனிதனால் ஜெயிக்க முடியாத எதிரி.

92. தீர்க்கவே இயலாத வியாதி எது?

பேராசை தீராத நோயாகும்.

93. எந்த மனிதன் 'ஸாது' எனப்படுகிறான்?

அனைத்து உயிரினங்களின் நன்மையை விரும்புபவன் நேர்மையானவன்.

94. எவ்வகையான மனிதன் 'அஸாது' எனப்படுகிறான்?

கருணை இல்லாதவன் நேர்மையற்றவன் 'அஸாது'

95. மோகம் என்றால் என்ன?

தர்மத்தில் அறிவின்மை மோகம் எனப்படும்.

96. மானம் என்பது என்ன?

தன்மேல்இருக்கும்அபிமானம்(அகங்காரம்)மானம்எனப்படும்.

97. 'ஆலஸ்யம்' (சோம்பல்) என எதைச் சொல்கிறோம்?

சுய தர்மத்தைச் செய்யாமல் இருப்பதை சோம்பல் என்கிறோம்.

98. சோகம் என்றால் என்ன?

அறியாமையே சோகம்.

99. ரிஷிகள் சொல்லும் உறுதியாக நிலைநிற்றல் என்பது என்ன?

சுயதர்மத்தைக் கடைப்பிடிப்பதில் உறுதியுடன் இருப்பது ஆகும்.

100. எது தைரியம் எனப்படுகிறது?

இந்திரியங்களைக் கட்டுக்குள் வைத்திருப்பது தைரியம் எனப்படுகிறது.

101. எது மிகச் சிறந்த ஸ்நானம்?

மனதின் அழுக்குகளை நீக்குதலே மிகச் சிறந்த ஸ்நானம்.

102. மிகச் சிறந்த தானம் என்று சொல்லப்படுவது எது?

அனைத்து பூதங்களையும் காத்தலே மிகச் சிறந்த தானம் ஆகும்.

103. மனிதர்களில் பண்டிதன் என்பவன் யார்?

தர்மத்தை அறிந்தவன் பண்டிதன் ஆவான்.

104. **நாஸ்திகன் என்பவன் யார்?**

மூடனே நாஸ்திகன்.

105. **மூடன் என்பவன் யார்?**

நாஸ்திகனே மூடன்.

106. **எது காமம்?**

வா ழ்க்கையின் மீதான பற்றுதலே (ஆசையே) காமம்.

107. **மத்சரம் என்றால் என்ன?**

மனதின் தீரா விருப்பமே (தாபமே) மத்சரம்.

108. **அகங்காரம் என்று எதைச் சொல்வார்கள்?**

பெரும் அறியாமையே அகங்காரம்.

109. **'தம்பம்' என்பது என்ன?**

தர்மத்தைக் கடைப்பிடிப்பதாக உலகமக்களுக்கு பறைசாற்றுதல் டாம்பீகம் ஆகும்.

110. **சிறந்த தெய்வம் என்பது எது?**

தானம் செய்ததன் பலனே மிகச் சிறந்த தெய்வம்.

111. **'பைசூன்யம்' என்பது என்ன?**

பிறரை தூஷித்தல் (கோள் சொல்தல்) பைசூன்யம்.

112. **தர்மம், அர்த்தம், காமம் ஆகியவை ஒன்றுக்கொன்று முரண்பட்டவைகள். இந்த எப்போதும் வேறுபாடானவை ஒரே இடத்தில் எவ்விதம் இணைந்திருக்கும்?**

எப்போது தர்மமும் மனைவியும் ஒன்றுக்கொன்று ஒத்துப் போகின்றனரோ, அப்போது தர்மம், அர்த்தம், காமம் மூன்றும் இணைந்திருக்கும்.

113. **பாரதத்தின் ரிஷப ரத்தினமே! எப்போதும் நரகத்தில் இருக்க யாருக்கு நேர்கிறது?**

ஒரு பிராமணனை தானே அழைத்து, கேட்டதைக் கொடுப்பதாகச் சொல்லி, பின்னர் இல்லை என்று எவன் சொல்கிறானோ அவன் நரகத்துக்குச் செல்வான்.

வேதங்களில், தர்ம சாஸ்திரங்களில் சொல்லப்பட்டிருப்பவையும், பிராமணர்கள் தேவர்களையும், பித்ருக்களுக்கு காரியம் செய்வதையும் மாயை என்பவன் நரகம் செல்வான்.

இருக்கும் செல்வத்தைத் தானும் அனுபவிக்காமல், கேட்பவர்களுக்கும் இல்லை என்று சொல்லி கஞ்சத்தனத்தால் கொடுக்காமல் இருப்பவன் நரகம் செல்வான்.

114. ராஜாவே! குலத்தாலா, நடத்தையாலா, வேதங்களைக் கற்றதாலா, கற்றதன் பொருளை அறிந்ததாலா, எதனால் நிச்சயமாய் பிராம்மண்யம் கிடைக்கிறது?

கேட்பாய் யக்ஷனே! பிறந்த குலத்தாலோ, வேதங்கள் கற்பதாலோ, அதன் பொருளைத் தெரிந்துகொள்வதாலோ பிராம்மண்யம் அடைய இயலாது. நிச்சயமாய் சொல்வேன். நடத்தையால் மட்டுமே பிராம்மண்யம் அடையலாம்.

ஒருவன் முயற்சி செய்து நன்னடத்தையை மேற்கொள்ள வேண்டும். பிராமணனாக இருந்து நல்லொழுக்கத்தில் இல்லாதவன் இறந்தவனாகவே கருதப்படுவான்.

வேதங்களைக் கற்பவர்களும், கற்பிப்பவர்களும், மற்ற சாஸ்திர விமர்சகர்களும், நல்லொழுக்கத்தைக் கடைப்பிடிக்காத அனைவருமே மூடர்கள். வேதங்களிலும், சாஸ்திரங்களிலும் கூறப்பட்ட நல்லொழுக்கத்தை கடைப்பிடிப்பவனே பண்டிதன்.

நான்கு வேதங்களை அறிந்தவனாயினும், தீய நடத்தை உள்ளவனாயின், கீழானவன் ஆவான். அக்னி ஹோத்திரம் செய்து, மனதை அடக்கி ஒழுக்கசீலனாக வாழ்பவன் பிராமணன் என அறியப்படுவான்.

115. பிரியமானவார்த்தைகளையேபேசுபவன்எதனைஅடைகிறான்?

பிரியமான வார்த்தைகளையே பேசுபவன் அனைவரின் அன்பையும் பெறுகிறான்.

116. ஆலோசித்துக் காரியங்களைச் செய்பவன் எதனை அடைகிறான்?

ஆலோசித்துக் காரியங்களைச் செய்பவன் எடுத்த அனைத்து காரியங்களிலும் வெற்றியைப் பெறுகிறான்.

117. பல நண்பர்களைப் பெற்றவன் எதனை அடைகிறான்?

பல நண்பர்களைப் பெற்றவன் சுகமாய் வாழ்கிறான்.

118. தர்மத்தில் ஈடுபட்டவன் எதனைப் பெறுவான் சொல்வாயாக?

தர்மத்தில் நடப்பவன் நற்கதியைப் பெறுவான்.

119. எவன் மகிழ்ச்சியாக இருக்கிறான்?

ஒரு நாளின் ஐந்தாவது அல்லது ஆறாவது பாகத்தில் (மதியம் 12 லிருந்து 2 வரை), தனது சொந்த வீட்டில், காய்கறிகளை சமைப்பவனும், கடனில்லாதவனும், வீட்டை விட்டு வேறு

வெளிநாடுகளுக்குச் செல்லாதவனும் மகிழ்ச்சியாக இருப்பான்.

120. உலகில் எது ஆச்சர்யம்?

தினந்தோறும் பல உயிரினங்கள் யமலோகம் செல்கின்றனர். மீதி இருப்பவர்கள் இதனை அறிந்தும் அழிவற்றவர்களாக இருக்க விரும்புகின்றனர். இதை விட வேறென்ன ஆச்சர்யம் இருக்கும்.

121. நாம் செல்ல வேண்டிய பாதை (மார்க்கம்) எது?

தர்க்கங்கள் (விவாதங்கள்) நிலையற்றவை. வேதங்கள் பலவாறானவை. ஒரு ரிஷியின் கருத்துகூட ஒன்றுபோல் அனைவராலும் ஏற்றுக்கொள்ளப்படவில்லை. தர்மத்தின் தத்துவம் ரகசியமாய் மறைத்து வைக்கப்பட்டுள்ளது. முன்னோர்கள் தர்மத்தின் எந்தப் பாதையில் சென்றார்களோ அதுவே சிறந்த மார்க்கம்.

122. இந்த உலகில் தினந்தோறும் நடைபெறும் செய்தி என்ன?

காலன் என்பவன் அறியாமை (பூமி) என்னும் பாத்திரத்தில் இரவு பகல் என்னும் விறகில் சூரியன் என்னும் நெருப்பிட்டு எரியவைத்து மாதங்கள், பருவங்கள் என்னும் கரண்டிகளால் புரட்டிப்போட்டு அனைத்து உயிரினங்களையும் சமைக்கிறான் (வறுத்தெடுக்கிறான்)

இதுவே செய்தி.

123. மனிதன் என்பவன் யார்? எந்த மனிதன் உயிருடன் இருப்பதாகக் கருதப்படுகிறான்?

புண்ணியம் செய்வதால் ஒருவனுடைய புகழ் சொர்க்கத்தைத் தொட்டு பூமியிலும் பரந்திருக்கிறது. எதுவரையில் புகழ் நிலைத்திருக்கிறதோ அதுவரையில் அவன் மனிதனாக, உயிருடன் இருப்பவனாகக் கருதப்படுவான்.

124. அனைத்தையும் பெற்றவன் எவன்?

எவன் ஒருவன் விருப்பமானது, விருப்பமில்லாதது, சுகம், துக்கம், கடந்தது, நடப்பது, வரப்போவது அனைத்தையும் சமமாகக் கருதுகிறானோ, ஆசையற்றவனான அவனே அனைத்தையும் அடைந்தவன் ஆவான்.

யக்ஷன் கேட்ட அனைத்து கேள்விகளுக்கான பதிலையும் தர்மன் கூறியவுடன், யக்ஷன் தர்மனிடம், "ராஜனே! எவன் மனிதன் எனப்படுவான், எந்த மனிதன் அனைத்து செல்வங்களையும் பெறுவான் என்னும் கேள்விக்கு உண்மையான பதிலை அளித்தாய். ஆகையினால், இந்த சகோதரர்களில் நீ விரும்பும்

ஒரு சகோதரன் உயிர் பிழைக்கட்டும். மேலும், நீ விரும்பும் உனக்கு வேண்டிய வரம் ஒன்றையும் கேட்பாயாக!" என்றான்.

தருமனும், "கருநிற மேனியனும், சிவந்த விழிகளை உடையவனும், சாலா மரத்தைப் போல் உயர்ந்தவனும், விசாலமான மார்புடனும், நீண்ட கைகளுடனும் விழுந்து கிடக்கும் என் அன்புச் சகோதரன் நகுலன் உயிர்த்தெழட்டும் யக்ஷனே! இப்போது நீங்கள் யார் எனச் சொல்லவேண்டும்?" என்று கேட்டான்.

"நான் தர்மதேவதைதான். உன் தகப்பன் வந்திருக்கிறேன் தர்மா. மானை அனுப்பியவனும் நானே. உன் தம்பிகளை உயிருடன் எழுப்பித் தருகிறேன். உனக்கு மிகவும் பிரியமானவர்கள் பீமசேனனும், அர்ஜுனனும். பத்தாயிரம் யானைக்கு நிகரான உனது தம்பியான பீமனையும், விற்போரில் சிறந்த பாண்டவர்களில் போற்றப்படும் நிகரற்ற வில்லாளியான அர்ஜுனனையும் உயிர்ப்பிக்கச் சொல்லிக் கேட்காமல் மாற்றாந்தாயின் மகனான நகுலனை ஏன் கேட்கிறாய் தர்மா?"

"குந்திக்கு ஒரு மகனாக நான் இருக்கிறேன். மாத்ரிக்கு இரண்டு பிள்ளைகள். பீமனையோ, அர்ஜுனனையோ கேட்டால், மாத்ரிக்கு ஒரு மகனும் இல்லாமல் ஆகிவிடும். ஆகையினால் மாத்ரியின் மைந்தர்களில் ஒருவனான நகுலனை உயிர்ப் பித்துத்தரும்படி கேட்கிறேன்."

"நீ சிறந்த தர்மவான். அதனால், உன்னுடைய நான்கு தம்பிகளையும் எழுப்பித்தருகிறேன். மேலும் உனக்கு வேண்டிய வரத்தைக் கேட்பாயாக" என்றதும், மூன்று வரங்களைக் கேட்கிறான் தர்மன்.

"1. பிராமணனின் அரணிக்கட்டையை திருப்பிக் கொடுக்க வேண்டும்.

2. இந்தப் பன்னிரண்டு வருடங்கள் காட்டில் வாழ்ந்தோம். இனி வரும் இந்த ஒரு வருடம் முழுக்க யார் கண்களுக்கும் தென்படாமல் வாழ வேண்டும்.

3. தானம், தபஸ், சத்தியம் இவை வளர வேண்டும். லோபம், மோகம், கோபம் வளர வேண்டாம். இவற்றை அருள்வீர்" என்று கேட்டான்.

தருமனுக்கு அவன் கேட்ட மூன்று வரங்களையும் அளித்தார் தர்ம தேவதை. "விராட தேசத்தில் நீங்கள் ஒரு வருடம் வரையிலும், உங்கள் உருவிலேயே இருந்தாலும் யாராலும் அடையாளம் கண்டுபிடிக்கப்பட மாட்டீர்கள்" என்றும் கூறி தர்மன் கேட்ட வரங்களை அருளினார்.

கடோபநிஷத்

நசிகேதன்

(கடோபநிஷத்)

தைத்ரீய உபநிஷதத்தில் சொல்லப்படும் கதை இது.

நசிகேதன் எமதர்மனிடம் கேட்கும் கேள்விகளும் அதற்கான பதில்களும் இவற்றில் சொல்லப்பட்டுள்ளன.

கடோபநிஷத் ஆறு வல்லீகளாகப் பிரிக்கப்பட்டுள்ளது. இந்த கடோபநிஷத்தில் இரண்டு அத்தியாயங்கள் உள்ளன. ஒவ்வொரு அத்தியாயத்திலும் மூன்று வல்லீகள் என ஆறு வல்லீகள் உள்ளன.

முதல் அத்தியாயத்தில் முதல் வல்லீயில் 29 மந்திரங்களும், இரண்டாம் வல்லீயில் 25 மந்திரங்களும் மூன்றாம் வல்லீயில் 17 மந்திரங்களும் உள்ளன.

இரண்டாம் அத்தியாயத்தில் முதல் வல்லீயில் 15 மந்திரங்களும், இரண்டாம் வல்லீயில் 15 மந்திரங்களும் மூன்றாம் வல்லீயில் 18 மந்திரங்களும் உள்ளன.

சாந்தி மந்திரம்

ஒவ்வொரு உபநிஷத்துக்கும் ஆரம்பமாக சாந்தி பாடம் இருக்கிறது. கடோபநிஷத்தின் சாந்தி பாடம் ஒரு மந்திரமாக இருக்கிறது. இது அனைவராலும் சொல்லப்படும் மிகவும் பிரசித்தி பெற்ற ஒரு மந்திரம்.

கடோபநிஷத்தும் முதலில் சாந்தி பாடத்துடன் ஆரம்பிக்கிறது.

ஓம் ஸஹநாவவது |
ஸஹ நௌ புனக்து |
ஸஹ வீர்யம் கரவாவஹை |
தேஜஸ்விநாவதீதமஸ்து |
மா வித்விஷா வஹை |
ஓம் சாந்தி: சாந்தி: சாந்தி: ||

கற்பதிலும் கேட்பதிலும் ஏற்படும் குற்றம் குறைகளை நீக்குவதற்காக குரு சிஷ்யன் ஆகிய இருவராலும் சாந்தி மந்திரம் சொல்லப்படுகிறது.

குரு சிஷ்யன் ஆகிய எங்கள் இருவரையும் இறைவன் நிச்சயமாக காக்கட்டும். ஞானபலனை அளித்துக் காக்கட்டும். தேவையான சக்தி பொருந்திய முயற்சியுடன் எந்தக் குறையுமின்றி இந்த ஞான வேள்வியைச் செய்கிறோம். எங்கள் வேதாந்தக் கல்வி, அறியாமை இருளினைப் போக்கும் ஒளிபொருந்தியதாக இருக்கட்டும். நாம் இருவரும் எந்த காரணத்தாலும் பகைமையில்லாமல் இருப்போமாக. எங்கும் அமைதி நிலவட்டும்.

அத்தியாயம் 1 முதல் வல்லீ

முன்னொரு காலத்தில், அன்னதானம் செய்து மிகவும் புகழ்பெற்றவராக வாஜஸ்ரவர் இருந்தார். அவருடைய மகன் வாஜஸ்ரவஸர். கௌதமர் என்றும் இவரை அழைப்பார்கள். அவருக்கு நசிகேதன் என்னும் மகன் இருந்தான். அவன் இன்னும் திருமண வயதை அடைந்திருக்கவில்லை.

வாஜஸ்ரவஸர், மிகுந்த விருப்பத்துடன், 'விஸ்வஜித்' என்னும் யாகத்தை செய்தார். உலகம் அனைத்தையும் வெற்றிகொண்டு தன் வசமாக்கிக்கொள்ள விரும்புபவர் செய்யும் யாகம் விஸ்வஜித் யாகம். தம்மிடமிருந்த அனைத்துப் பொருள்களையும், யாகம் செய்தவர்களுக்கும், யாகத்தில் கலந்து கொள்ள வந்தவர்களுக்கும் தானம் செய்துகொண்டிருந்தார். அனைத்தையும் தானமாகக் கொடுத்தால், தானத்தின் பலனாக இன்னும் பல மடங்கு பெறலாம் என்னும் விருப்பத்துடன் இருந்தார்.

சிறுவன் நசிகேதன், யாகத்தில் கலந்து கொண்டவர்களுக்கு தந்தை தானம் செய்வதைப் பார்த்துக்கொண்டிருந்தான்.

பார்த்துக்கொண்டிருந்த நசிகேதனுக்கு, தன் தந்தை நன்றாக இருக்க வேண்டும், அவருக்கு நாம் ஏதாவது நல்லது செய்ய வேண்டும் என்னும் எண்ணம் ஏற்பட்டது.

பதின் வயது பாலகனான அவன், தந்தை யாருக்கு என்ன தானமாகக் கொடுக்கிறார், யார் எவற்றை தானமாகப் பெற்றுக் கொண்டு போகிறார்கள் என்று இன்னும் கவனத்துடன் அருகிலிருந்து பார்த்துக்கொண்டிருந்தான்.

அதுவரையிலும் அனைத்தையும் தானமாகக் கொடுத்துவிட்ட தந்தை, அப்போது கடைசியாக பசுக்களை தானமாகக் கொடுத்துக் கொண்டிருந்தார். ஆனால், அவர்களுக்கு தக்ஷிணையாக அளித்த பசுக்கள் வத்தல் தொத்தலாக இருந்தன. தண்ணீர்கூட குடிக்க முடியாமல், எதையும் உண்ண முடியாத நிலையில் இருந்தன.

அந்த பசுக்களால், சினையாக முடியாது; கன்று ஈன முடியாது; அதனால், பால் சுரக்கும் சக்தியையும் இழந்திருந்தன. வயதாகி மெலிந்து எதற்கும் பயனில்லாதவையாக இருந்தன.

இப்படியான பசுக்களை தானமாகப் பெற்றுக்கொண்டு செல்பவர்களுக்கு அவை சுமையாகத்தான் இருக்கும். இந்தப் பசுக்களால் அவர்களுக்கு எந்த பயனும் இல்லை என்பதால் அவற்றை விற்கவும் முடியாது.

இப்படி சிந்தித்த நசிகேதனுக்கு, இப்படி இறக்கும் தருவாயில் இருந்த பசுக்களை தானமாக அளிப்பதால், தந்தைக்கு அவர் விரும்பிய நற்பயன் கிடைக்காது; சொர்க்க லோகத்துக்குச் செல்ல விரும்பி செய்த வேள்வி இது; ஆனால் இந்த தக்ஷிணையால், இன்பத்தை அளிக்காத சுகமில்லாத உலகத்துக்கு செல்லும் துன்பம் தந்தைக்கு வந்துவிடக்கூடாது என்று நினைத்தான்.

யாகம் நிறைவு பெற்றதால், தந்தை வேறு சில வேலைகளைச் செய்துகொண்டிருந்தார்.

யாகம் செய்ததற்கான நல்ல பலனை தந்தை பெற வேண்டுமென்றால், தன்னையே தானமாகக் கொடுக்கச் சொல்லலாம் என்று நினைத்த நசிகேதன் தந்தைக்கு அருகில் சென்றான்.

"அப்பா. என்னை யாருக்கு தானமாகக் கொடுக்கப் போகிறீர்கள்?"

நசிகேதன் இப்படிக் கேட்டதை வேலையில் இருந்த தந்தை கவனிக்கவில்லை.

அதனால் நசிகேதன் இரண்டாவது தடவையாக அதே கேள்வியைக் கேட்டான்.

"அப்பா. என்னை யாருக்கு தானமாகக் கொடுக்கப் போகிறீர்கள்?"

இதுவும் தந்தையின் காதில் விழவில்லை. அவர் எந்த பதிலும் சொல்லவில்லை.

இப்போது மூன்றாம் முறையாக அவரிடமிருந்து பதிலைப் பெறும் நோக்கத்தில் வற்புறுத்துவது போல கேட்டான்.

"அப்பா. என்னை யாருக்கு தானமாகக் கொடுக்கப் போகிறீர்கள்?"

இதைக் கேட்ட தந்தைக்கு, இளைஞனான நசிகேதன் கேட்டது, முதிர்ச்சியில்லாமல், அறியாமையில் கேட்கிறான் என்னும் எரிச்சலை ஏற்படுத்தியது.

"உன்னை எமனுக்குத் தருகிறேன்," என்று சொல்லிவிட்டார்.

இதைக் கேட்டதும் நசிகேதன் இன்னும் ஆழ்ந்து சிந்திக்க ஆரம்பித்தான்.

'தந்தையிடம் வேதம் கற்கும் பல சிறந்த மாணவர்களில் நான் முதன்மையானவன். கடமையை சரியாக செய்துவருகிறேன். பல மாணவர்களில் சில சமயங்களில் சொன்னதை செய்யும் இடைப்பட்ட மாணவனாகவும் இருக்கிறேன். ஆனால், எப்போதும் சொன்னதை செய்யாத, தீய வழியில் செல்லும் கீழ்நிலை மாணவனாக இருந்த தில்லை.

என்னை எமனுக்குக் கொடுப்பதால் அப்பாவுக்கு என்ன நன்மை கிடைக்கும்?' என்று யோசித்தான்.

அப்பா, எரிச்சல் அல்லது கோபத்தினால், தன்னை எமனுக்குத் தருகிறேன் என்று சொன்னாரென்று அவனால் நினைக்க முடியவில்லை.

தந்தையிடம், "அப்பா நாம் சொன்ன சொல்லைக் காப்பாற்ற வேண்டும். இல்லையென்றால் பொய் சொன்னதாகி விடும். என்னால் உங்களுக்கு பழிச்சொல் வந்துவிடக்கூடாது. அதனால், எமனுடைய வீட்டுக்கு என்னை அனுப்புங்கள் அப்பா," என்றான்.

'நான் ஏன் இப்படி சொல்லி விட்டேன்,' என்று வருந்திய தந்தை, "நசிகேதா! அவசரத்தில் நான் கோபமாக சொன்னதை மறந்துவிடு. நீ எங்கேயும் போகாதே. என்னுடனேயே இரு," என்று சோகத்துடன் கூறினார்.

"அப்பா. மேன்மையுடன் வாழ்ந்த நம் முன்னோர்கள் பொய் சொன்னதில்லை. அப்படியே அதற்குப் பிறகு வந்த இப்போது இருக்கும் பெரியவர்களும் பொய் சொன்னதில்லை என்பதை ஒப்பிட்டுப் பாருங்கள் அப்பா. மனிதர்கள் வயோதிகத்தையும், மரணத்தையும் கடந்தவர்கள் இல்லை. தோன்றி, வளர்ந்து, அழிந்து, விதையிலிருந்து முளைக்கும் பயிர்களைப் போல, பிறந்து, வளர்ந்து, அழிந்து, மீண்டும் பிறக்கிறார்கள். அதனால், நீங்கள் என்னை எமன் வீட்டுக்கு அனுப்பி, உங்கள் வாக்கை உணமையாக்கிக் கொள்ளுங்கள் அப்பா," என்று கூறினான் நசிகேதன்.

நிலையில்லாத வாழ்க்கை குறித்து அறிந்த, ஞானக்குழந்தையான நசிகேதன் வார்த்தைகளுக்கு பதில் சொல்ல இயலாமல், தந்தை வாஜஸ்ரவஸர் சத்தியத்துக்குக் கட்டுப்பட்டவராக, நசிகேதனை எமனிடம் செல்ல அனுமதி அளிக்கிறார்.

அறத்தை மீறாத நசிகேதன் எமனின் இல்லம் செல்கிறான்.

தர்மத்துக்கு அரசன் எமன். அதனால் எம தர்மராஜன் என்று அழைக்கப்படுபவன்.

தர்மத்தின் வழியில் செல்லும் நசிகேதன், தர்மத்துக்கு அரசனான எமனின் அரண்மனைக்கு வந்து விடுகிறான்.

விவஸ்வான் என்னும் சூரியனின் மகன் வைவஸ்வதன். அந்த வைவஸ்வதன் என்னும் மரணத்தின் தேவனான எம தர்மராஜன் எமலோகத்தில் இல்லை. வெளியில் எங்கோ சென்றிருந்தான்.

நசிகேதன், எமலோகம் சென்றபோது, எமன் அங்கே இல்லாததால், நசிகேதன் எமனின் அரண்மனைக்குள் போக விரும்பவில்லை. எமன் வரும்வரையில் இல்லத்தின் உள்ளே போகாமல், மூன்று பகல், மூன்று இரவுகள் வெளியில் காத்திருக்கிறான்.

எமனின் அரண்மனைக் காவலர்கள், நசிகேதனை உள்ளே வந்து உணவு உட்கொள்ளும்படி கூறியும் அவன் எதுவும் உண்ணவில்லை.

மூன்று நாட்களுக்குப் பிறகு எமதர்மன் வந்தார்.

அப்போது எமதர்மனிடம், "ஒரு விசேஷமான விருந்தாளி நம் அரண்மனை வாசலில் காத்திருக்கிறான். நெருப்பைப் போன்ற தூய்மையுடன் அக்னிதேவனைப் போல ஒளிரும் பிராமண சிறுவன் ஒருவன் அதிதியாக வந்திருக்கிறான். அவன் மனதை குளிர்வித்து அமைதிப்படுத்தி அவனை உபசரிக்க தண்ணீரை எடுத்துக் கொள்ளுங்கள்," என்று ஒருவன் கூறுகிறான்.

வந்திருக்கும் அதிதியை உபசரிக்க வேண்டும். உதாசீனம் செய்யுக்கூடாது. வீட்டுக்கு வந்த அதிதி சாப்பிடவில்லையென்றால் உதாசீனம் செய்வது போலாகிவிடும். விருந்தினரை அவமதித்தது போலாகிவிடும். விருந்தினரை அவமதித்தால், இது வரை செய்த அறச் செயல்களின் பலன் உதவாமல் போய்விடும். தம் பொருட்களை இழக்கவும் நேரிடும். அனைத்தையும் இழந்து, அறச் செயலால் கிடைத்த பலனும் அழிந்துவிடும்.

யாருடைய வீட்டில் விருந்தினன் சாப்பிடாமல் தங்க நேர்கிறதோ, விருந்துபசாரம் செய்ய இயலாத அந்த வீட்டைச் சேர்ந்த அறிவற்றவனின் மகன்களும், அவர்களால் கிடைக்கும் உதவிகளும், பொருட் செல்வங்களும் அழிந்துபோய்விடும்.

இப்போது எமதர்மன்,"வணக்கம் நசிகேதா! எங்கள் அரண்மனைக்கு விருந்தினனாக வந்த உன்னை வணங்கி வரவேற்கிறேன். எந்த விருந்துபசாரத்தையும் நீ ஏற்றுக்கொள்ளவில்லை. அதனால், எந்த தோஷ பாதகமும் இல்லாமல், அனைவருக்கும் பாதுகாப்பும் நன்மையும் கிடைக்கட்டும். மூன்று நாட்களாக பகலும் இரவும் உண்ணாமல் எதுவும் அருந்தாமல் இருந்தாய். அதற்கு பிரதிபலனாக மூன்று வரங்களை உனக்குத் தருகிறேன். உனக்கு விருப்பமானதைக் கேட்டுப் பெற்றுக்கொள்," என்றார்.

அறம் சார்ந்த சாத்திரங்களைக் கற்ற சத்தியசீலனான நசிகேதன் இப்போது எமனிடம் முதல் வரத்தைக் கேட்கிறான்.

“மரண தேவனே! என் தந்தையாகிய கௌதமர், எமனைப் பார்க்கச் சென்ற நான் என்ன செய்கிறேனோ எப்போது வருவேனோ என்னும் கவலையுடனும் மனக் கலக்கத்துடன் இருப்பார். அவருடைய மனக்குழப்பமும் என் மீதுள்ள கோபமும் நீங்க வேண்டும். அவர் கவலை இல்லாமல் அன்புடன் தெளிந்த மனதுடன் அமைதியுடன் இருக்க என்ன செய்யவேண்டுமோ அதை செய்வீராக!

நான் திரும்பி அவரிடம் செல்லும்போது என்னிடம் கோபம் இல்லாதவராக இருக்க வேண்டும்.

நீங்கள் என்னை அவரிடம் அனுப்பியதும், அவர் என்னைப் பார்த்ததும், என்னை தன் மகன் என்று அடையாளம் கண்டுகொண்டு எப்போதும்போல் உரையாட வேண்டும்.

நீங்கள் எனக்கு அளித்த மூன்று வரங்களில், இவற்றை முதல் வரமாகக் கேட்கிறேன்,” என்றான்.

இப்போது எமதர்மன், ”அப்படியே ஆகட்டும் நசிகேதா! என் ஆசீர்வாதத்தால், மரண தேவனாகிய என்னிடமிருந்து மீண்டு வந்த உன்னைப்பார்த்ததும், உத்தாலக ஆருணி ரிஷியின் வழித்தோன்றலான உனது தந்தை, முன்பு உன்னிடம் எப்படி பிரியமாக இருந்தாரோ, தன் மகன் நசிகேதன் என்று அடையாளம் கண்டுகொண்டு, அதே பிரியத்துடன் இருப்பார்;

நீ கேட்டுக்கொண்டதுபோல கோபம் இல்லாதவராக இருப்பார்;

நீ வந்து சேர்ந்த மகிழ்வில், இனி வரும் இரவுகளில் கவலையின்றி நிம்மதியாகப் படுத்து சுகமாக உறங்குவார்,” என்றார்.

இப்போது நசிகேதன் எமதர்மனிடம் இரண்டாவது வரத்தைக் கேட்கிறான்.

“சொர்க்க லோகத்தில் கொடிய நோய் குறித்து யாருக்கும் சிறிதும் பயம் இல்லை; அங்கே வயோதிகம் வந்துவிடுமோ என்னும் பயம் இல்லை; அங்கே நீங்கள் உடனே வந்துவிடுவதில்லை என்பதால் மரண பயமும் இல்லை.

அங்கிருக்கும் யாரும் பசி, தாகத்தால் வருந்துவதில்லை; அனைவரும் கவலையின்றி மகிழ்வுடன் இருக்கிறார்கள்,” என்று சொல்லி தான் சொர்க்க லோகம் செல்ல விரும்புவதை எடுத்துச் சொல்கிறான் நசிகேதன்.

“இந்த உலகத்தில் மரணத்தை நிகழ்த்தும் மரண தேவனே! சொர்க்கலோகம் செல்ல விரும்புபவன் செய்ய வேண்டிய அக்னி யாகத்தை அறிந்தவர் நீங்கள்.

யாகத்தை அறிந்துகொள்வதில் அதீத ஆர்வமும், அது அளிக்கும் பலனில் முழு நம்பிக்கையும் சிரத்தையும் கொண்ட எனக்கு, நீங்கள் அதை விரிவாக எடுத்துச் சொல்லுங்கள். கற்றுக்கொள்கிறேன்.

சொர்க்க லோகத்தில் அனைவரும் அழிவற்றவராக நீண்ட ஆயுளுடன் சுகமாக இருக்கிறார்கள்.

அதனால், இதையே இரண்டாவது வரமாகத் தங்களிடம் கேட்கிறேன்," என்றான்.

"நசிகேதா! நான் அறிந்த விஷயத்தை உனக்குத் தெளிவாக விளக்கிச் சொல்கிறேன். சொர்க்க லோகத்துக்குக் கொண்டுபோய் சேர்ப்பதற்கு ஆதாரமாக இருக்கும், அக்னி யாகத்தின் மகிமையை நீ நுட்பமாகக் கேட்டுத் தெரிந்துகொள். உன்னுடைய மனதில் கவனமுடன் இதை வைத்துக்கொள்," என்ற எமதர்மன், நசிகேதனுக்கு அந்த யாகத்தைப் பற்றி விரிவாக விவரித்து கற்றுக்கொடுக்கிறார்.

யாக குண்டத்தின் வடிவத்தை எந்த வகையான செங்கற்களால் எப்படி அமைக்க வேண்டும், கற்களின் எண்ணிக்கை என்ன, எந்த அமைப்பில் எத்தனை அடுக்குகளில் எந்த வரிசையில் அமைக்க வேண்டும் என்பதை, எமதர்மன் முழுமையாக நசிகேதனிடம் சொன்னார்.

எமதர்மன் கூறிய விபரங்களை அப்படியே அவர் சொன்ன அதே விதத்திலேயே நசிகேதன் திருப்பிச் சொன்னான்.

நசிகேதன் தான் சொன்ன விதத்தை, ஆர்வத்துடன் உள்வாங்கிக் கொண்டு அப்படியே திருப்பிச் சொன்னதைக் கேட்டு அவனுடைய திறமையில் மகிழ்ந்த மகாத்மாவான எமதர்மன், நசிகேதனுக்கு இன்னொருவரத்தையும் அளிக்கவிரும்பினார். அதற்கானசிறப்பையும் அளித்தார்.

"நசிகேதா! உனக்கு மூன்று வரங்களைத் தருவதாக சொல்லியிருந்தேன். அந்த வரங்களாக நீ கேட்பதை உனக்குத் தருவேன் என்றேன். இப்போது நீ கேட்காமலேயே உனக்கு இன்னொரு வரத்தை அளிக்கிறேன்.

இப்போது நான் உனக்கு விவரித்த இந்த யாகம் இனி உன்னுடைய பெயரிலேயே நாசிகேதாக்னி என்று அழைக்கப்படும்.

இதோ இந்த பல வடிவங்களிலுள்ள பல வண்ணங்களைக்கொண்ட இந்தசிறந்தமணிகளால்கோர்க்கப்பட்ட ரத்தினமாலையைப்பெற்றுக் கொள்," என்று வரத்துடன் மாலையையும் பரிசாக அளித்தார்.

நாசிகேத யாகத்தை மூன்று முறை செய்தவரை த்ரிணாசிகேதன் என்று சொல்வார்கள்.

நாசிகேத யாகத்தை ஒருவன் தன் வாழ்நாளில் மூன்றுமுறை செய்ய வேண்டும்.

அப்படி நாசிகேத யாகத்தை செய்பவன் தாய், தந்தை, குருவிடம் கற்று, அவர்களுக்கு செய்ய வேண்டிய கடமைகளைச் செய்து மூவருடனும் இணக்கமாக இருக்க வேண்டும்.

யாகம், அத்யயனம் (சாத்திரங்களைக் கற்று நடைமுறையில் கடைப் பிடித்தல்), தானம் என்னும் மூன்று கடமைகளைச் செய்ய வேண்டும்.

இந்த மூன்றையும் சிரத்தையுடன் கடைப்பிடிப்பவன், பிறப்பு, இறப்பைக் கடக்கிறான்.

ஹிரண்யகர்பரிடமிருந்து தோன்றிய ஒளி வடிவான அக்னிதேவன் அனைத்தையும் அறிந்தவன். அனைவராலும் போற்றி வணங்கப்படுபவன். அவரை அறிந்து தியானம் செய்து தன் வடிவாகவே உணர்பவன், மனதில் தூய்மையாகி கவலையில்லா ஆனந்தத்தையும் அமைதியையும் அடைவான்.

இந்த நாசிகேத யாகத்தை மூன்றுமுறை செய்தவன் த்ரிணாசிகேதன், இந்த யாகத்தை செய்பவன் யாரோ அவன் வாழும்போதே, மரணத்துக்கு முன்பே பிறப்பு இறப்பிலிருந்து விடுபட்டு, சோகத்தைக் கடந்து மனத்துயரம் நீங்கியவனாக, யாகம் செய்ததன் பலனாக, சொர்க்க லோகத்தில் மகிழ்வுடன் இன்பத்தில் திளைக்கிறான்.

"நசிகேதா! இரண்டாவது வரமாக நீ கேட்ட சொர்க்கலோகம் செல்ல உதவும் அக்னி யாகம் குறித்து உனக்கு உபதேசம் செய்து உனக்கானதாக அளித்துவிட்டேன். சாத்திரம் அறிந்த மனிதர்கள் இனி உன்னுடைய பெயரை சேர்த்தே இந்த யாகத்தை அழைப் பார்கள் என்னும் வரத்தையும் அளித்தேன். இனி மூன்றாவது வரத்தைக் கேட்பாயாக," என்றார்.

நசிகேதன் தன் தந்தையின் நலனுக்காகவும் குடும்ப நலனுக்காகவும் முதல் வரத்தைக் கேட்டான். மக்களின் நலன் கருதி சொர்க்கம் செல்லும் யாகத்தைப் பற்றிய இரண்டாவது வரத்தைக் கேட்டான். இரண்டு வரங்களையும் எம தர்மனிடம் பெற்ற நசிகேதன், புத்தி தீட்சண்யத்தால் அவன் கேட்காமலேயே மற்றொரு வரத்தையும் சிறந்தொருத பரிசையும் பெற்ற பிறகு, இப்போது மூன்றாவது வரமாக இதைக் கேட்கிறான்:

"மரண தேவனே! மனிதர்கள் இறந்த பிறகு, அவர்களுடைய நிலை என்னவாக இருக்கிறது? சிலர் ஒருவன் இறந்ததும் அவன் வேறு உடல் எடுத்துக்கொள்கிறான் என்று சொல்கிறார்கள். சிலர் அப்படி இல்லை, ஒருவன் இறந்துவிட்டால் அவனோடு அனைத்தும் அழிந்து போய்விடுகிறது என்று சொல்கிறார்கள். இது எனக்கு புரியாத

ஒன்றாக இருக்கிறது. என்னுடைய இந்த ஐயத்தை நீக்கி உண்மையான அறிவை தெளிவாக நீங்கள் எனக்கு உபதேசிக்க வேண்டும். நீங்கள் எனக்குத் தருவதாக சொன்ன மூன்றாவது வரமாக இதையே கேட்கிறேன்."

முதலில் கேட்ட இரண்டு வரங்களும் தற்காலிகமானவை என்று உணர்ந்த நசிகேதன், ஞானமார்க்கத்தில் ஆத்மாவைப் பற்றி அறிந்துகொள்ள விரும்பி இந்த மூன்றாவது வரத்தைக் கேட்டான்.

ஞானமார்க்கத்தில் அடியெடுத்து வைக்க விரும்பும் நசிகேதனுக்கு, ஆத்மாவைப் பற்றி அறிந்துகொள்ளும் பக்குவம் வந்துவிட்டதா, அந்தத் தகுதி இருக்கிறதா இல்லையா என்பதை அறிய விரும்பிய எமதர்மன் அவனை பரிசீலிக்க விரும்பினார்.

"தேவலோகத்தில் இருக்கும் தேவர்களுக்கும்கூட, இந்த விஷயத்தில் தெளிவில்லாத சந்தேகநிலை பலகாலமாகவே இருக்கிறது. இந்த ஆத்ம தத்துவம் மிகவும் நுட்பமானது. உடனே அறிந்துகொள்ள இயலாததாக இருக்கிறது அல்லவா. அதனால் நசிகேதா நீ வேறு வரத்தைக் கேட்டுப் பெற்றுக்கொள். இதுதான் வேண்டுமென்று என்னை வற்புறுத்திக் கேட்காதே. விட்டுவிடு," என்று சொல்கிறார்.

இப்போதுநசிகேதன்,"எமதர்மரே!இந்தவிஷயத்தில்தேவர்களுக்கும் ஐயம் இருக்கிறது, அது அறியக்கூடியதாக இல்லை, எளிதில் அதை அறிந்துகொள்ள முடியாது என்று நீங்கள் சொல்வதிலிருந்தே தெரிந்துகொண்டேன். அதனால், எந்த பெரியவராலும் இதை அறிய முடியாதபோது, இதை எனக்கு எடுத்துச்சொல்ல யாரும் இல்லை. இந்த ஞானத்தை அளிக்க உங்களைத் தவிர வேறு யாரும் எனக்கு கிடைக்கவில்லை. இதற்கு சமமான வேறு வரமும் இல்லை. அதனால் இந்த வரத்தையே அளித்து நீங்களே எனக்கு விளக்கி உபதேசம் செய்யுங்கள்," என்றான்.

"நசிகேதா! உனக்கு இந்த வரம் வேண்டாம். நூறாண்டுகள் வாழும் மகன்களையும், பேரக்குழந்தைகளையும் பெற்றுக்கொள்; பல பசுக்களையும், யானைகளையும், குதிரைகளையும், வேண்டிய அளவில் பொன் பொருள் செல்வங்களையும் பெற்றுக்கொள். இந்த பூமியில் பரந்து விரிந்த வளமை பொருந்திய பெரிய நாட்டைக் கேட்டுப் பெற்றுக்கொள்; எத்தனை ஆண்டுகள் வாழ விரும்புகிறாயோ கேள்; தருகிறேன்; அத்தனை ஆண்டுக்கான ஆயுளைப் பெற்றுக் கொண்டு நன்றாக வாழ்வாயாக!" என்றார் எம தர்மர்.

"இப்போது நான் உனக்கு அளித்த வரத்துக்கு சமமாக அல்லது அதற்கும் அதிகமான வேறு எந்த வரத்தைக் கேட்டாலும் தருகிறேன். தேவையான செல்வத்தையும் அதை அனுபவிப்பதற்கான நீண்ட ஆயுளையும் கேள். இந்த மிகப் பெரிதான உலகம் முழுவதையும்

நசிகேதா நீயே பெற்றுக்கொள். இன்னும் நீ விரும்பும் அனைத்து இன்பங்களையும் நீ விரும்பியபடி அனுபவிக்கும்படி செய்கிறேன்," என்று மேலும் சொல்கிறார்.

"எந்த எந்த இன்பங்களை, இந்த அழியக்கூடிய உலகில் மனிதர்களால் பெற முடியாதோ, அவற்றையெல்லாம் மகிழ்ந்து அனுபவிக்க நீ விரும்பியதைக் கேள்; இங்கே அழகிய ரதங்களுடன் சென்றுகொண்டிருக்கும் இந்த அழகிய தேவருலகப் பெண்கள், இனிய இசைக்கருவிகளை வாசிப்பவர்கள், மனிதர்களுக்கு கிடைக்க மாட்டார்கள். நான் உனக்காக கொடுக்கும் இந்தப் பெண்கள் நீ விரும்பி வேண்டுவதைச் செய்வார்கள். மரணத்துக்குப் பிறகு மனிதனின் நிலை என்ன என்பதைப் பற்றிய கேள்வியை மட்டும் என்னிடம் கேட்காதே," என்று கூறினார்.

எமன் நசிகேதனின் மனதை மாற்றக்கூறிய ஆசை வார்த்தைகளை கேட்டபிறகும் நசிகேதனின் மனம் மாறவில்லை.

"மனிதனுக்கு கடைசி முடிவான மரணத்தை அளிக்கும் மரண தேவனே! நாளைக்கு இருக்கும் என்று எனக்குத் தருவதாக நீங்கள் கூறிய இந்த இன்பத்தை நுகரும் பாதையில் செல்கையில், ஐம்பொறிகளின் சக்தி அனைத்தும், தளர்ந்து பலவீனமடைந்துவிடும்; வலிமை குன்றி அழிந்துவிடும். அனைவரின் வாழ்நாளும் சொற்ப காலமே இருக்கும்.

(அனைவரின் எனும்போது பிரம்மன் முதலாக எமன் வரையிலும் அனைவரின் வாழ்நாளும் சொற்ப காலம்தான். ஆகையால் மனித வாழ்வு இன்னும் குறைந்த காலமே இருக்கும்)

அதனால், நீங்கள் கூறும் இன்பத்திற்கான வாகனங்கள் அனைத்தும் உங்களுடையதாகவே இருக்கட்டும். ஆடல், பாடல் என்னும் போக இன்பத்தைத் தருபவர்களும் உங்களிடமே இருக்கட்டும்.

எந்த ஒரு மனிதனும் பொருட்கள் எவற்றிலும், இவை போதும் என்று திருப்தி அடைந்தை நான் பார்த்ததில்லை. எனக்கு செல்வங்களில் விருப்பம் இருந்தால்தானே உங்களிடம் இருந்து பெற்றுக்கொள்ள வேண்டும். நீண்டகாலம் வாழ விரும்பினால்தானே உங்கள் ஆட்சி இருக்கும்வரை நாங்கள் உங்களின் கீழ் வாழ முடியும். இதோ உங்கள் முன்னால் இருக்கிறேன். அதனால், இவை எனக்குத் தேவையில்லை. நான் கேட்ட அதே வரத்தை மட்டும் எனக்கு கொடுங்கள்.

மூப்பும் மரணமும் இல்லாதவரான அழிவற்ற தன்மையான உங்களை அடைந்த பிறகு, மூப்புக்கும் மரணத்துக்கும் உட்பட்ட தாழ்வான பூலோகவாசியான மனிதன் அழிவுள்ள பொருட்களை

மதுமிதா | 81

எப்படி கேட்பான்? சிந்தை தெளிவுள்ள அறிவானவன், அழிவுறும் தன்மையுள்ள ஆடல் பாடல் போகங்களால் கிடைக்கும் நீண்ட நாள் வாழும் நிலையற்ற வாழ்க்கையை விரும்பமாட்டான்.

மரண தேவனே! இறந்தவன் இருக்கிறானா, அழிந்துவிட்டானா என்னும் எங்களிடம் இருக்கும் இந்த ஐயம் சந்தேகம் தீர, அந்த உண்மையை எங்களுக்கு சொல்லுங்கள். நான் கேட்ட இந்த வரம் மிகவும் நுட்பமானது. யாராலும் அறிய முடியாதது. அழிவில்லாத இன்பத்தை அளிக்கும் அந்த ஆத்ம வித்தையை சொல்லுங்கள். நசிகேதன் இதை விடுத்து வேறு வரத்தைக் கேட்கமாட்டான். நான் கேட்ட இந்த வரத்தை அருளுங்கள்." என்று கூறினான்.

அத்தியாயம் 1 முதல் வல்லீ நிறைவுபெற்றது.

அத்தியாயம் 1 இரண்டாம் வல்லீ

நசிகேதன் திடமான மனதுடன் எதன் மீதும் பற்றில்லாத தன்மையுடன் இருப்பதை உணர்ந்த எமதர்மன், ஆத்ம வித்தையைக் கற்றுக்கொள்ள நசிகேதன் தகுதி வாய்ந்தவன் என்று மகிழ்ந்து மேலும் கூறத் தொடங்கினான்.

(ஸ்ரேயஸ்: முக்தி மோட்சத்தைக் குறிக்கிறது. விட்டு விடுதலையாதல். வீடுபேறு.

ப்ரேயஸ்: தர்ம, அர்த்த, காம என்பதை அறம், பொருள், இன்பம் எனலாம்.)

"ஸ்ரேயஸ் என்னும் அழிவில்லாத தன்மைக்கு அழைத்துச் செல்லும் பாதை வேறானது. ப்ரேயஸ் என்னும் அழியும்தன்மைக்கு அழைத்துச் செல்லும் பாதை வேறானது. இரண்டும் முற்றிலும் வேறானவை.

வெவ்வேறான பலன்களை அளிக்கும் இவை இரண்டையும் அடைய மனிதர்கள் முயற்சி செய்கின்றனர். அந்த முயற்சிகளில் அவர்கள் இறுகக்கட்டுண்டு இவற்றை அடைய விரும்புகிறார்கள்.

இவைகளில் ஸ்ரேயஸ் என்னும் மார்கத்தைத் தனக்காக தேர்ந்து எடுப்பவன், மோட்சம் என்னும் நன்மையை அடைகிறான். ப்ரேயஸ் மார்கத்தைத் தேர்ந்தெடுப்பவன், மோட்சம் என்னும் நன்மையை இழந்துவிடுகிறான்.

நான் எதையும் செய்பவன் அல்ல என்னும் சிந்தையுடன், உடலின்மீது கொள்ளும் அபிமானத்தை நீக்கி, அழியாதன்மையை அளிக்கும் ஸ்ரேயஸ், நான்தான் செய்கிறேன் என்னும் எண்ணத்துடன், உடலின்மீது அபிமானம் வைத்து, அழியும் தன்மையை அளிக்கும் ப்ரேயஸ், இவை இரண்டும் மனிதர்களின் முன்பாக உள்ளன.

விவேகமுள்ளவன் இந்த இரண்டையும் ஆய்வுசெய்து பிரித்தறிந்து, ஸ்ரேயஸைத் தேர்வுசெய்கிறான்.

ஆய்வு செய்ய இயலாதவன், ப்ரேயஸ் என்னும் உலகியல் இன்பத்தைத் தேர்ந்தெடுக்கிறான். அதை அடைய யாகங்களைச் செய்கிறான்.

பல மனிதர்களும் மிகுந்த ஆசையுடன் இந்த இன்பங்களைத் தேடிச் சென்று அடையவே விரும்பி அதிலேயே மூழ்கிக்கிடக்கிறார்கள்.

அப்படிப்பட்ட அழியும்தன்மை கொண்டவை சாரமில்லாதவை

மதுமிதா | 83

என்று ஆய்ந்து அறிந்து விவேகத்துடன் நீ செல்வங்களையும் தேவலோகப் பெண்களையும் வேண்டாம் என்று மறுத்துவிட்டாய்.

இரண்டாவது வரத்தை அளித்த பிறகு, நான் மகிழ்ந்து பரிசாக உனக்கு அளித்த சிறந்த மணிமாலையையும் நீ பெற்றுக்கொள்ள வில்லை," என்று நசிகேதனின் புத்திகூர்மையைப் பாராட்டிய எம தர்மன் மேலும் தொடர்கிறார்.

"மெய்யறிவான ஸ்ரேயஸ் என்ன பலன்களை அளிக்கும், அதுபோல மெய்யறிவில்லாத ப்ரேயஸ் என்ன பலன்களை அளிக்கும் என்பதை ஆராய்ந்து, இவை இரண்டும் வேறானவை, முற்றிலும் நேர்மாறான வெவ்வேறு பலன்களை அளிப்பவை என்பதை அறிந்த உன்னை, தன் வசமாக்கிக்கொள்ள இந்த பலவிதமான போகங்களால் அசைக்கவும் முடியவில்லை. நசிகேதா! நீ ஆத்ம ஞானத்தை அறிய விரும்பும் சிறந்த மாணவன் என்பதை உறுதியாகத் தெரிந்து கொண்டேன்.

அறியாமை என்னும் இருளில் இருந்துகொண்டு, நாம் அனைத்தையும் அறிந்துகொண்டோம் என்று தங்களை அனைத்தும் அறிந்த ஞானி*களாகக் கருதிக்கொண்டிருக்கும் மூடர்கள்*, நேர்மை இல்லாத வழியில் செல்கிறார்கள். ஒரு பார்வையில்லாதவன் இன்னொரு பார்வையில்லாதவனின் பின்னால், வழி தெரியாமல் தட்டுத் தடுமாறிச் செல்வதைப்போல, தாங்கள் சென்று சேர வேண்டிய இலக்கைச் சென்று சேரும் வழியை அறியாமல், சுற்றித் திரிந்து அலைந்து நோய், மூப்பு, இறப்பு என்னும் படுகுழிகளில் விழுகிறார்கள்.

*(*ஞானி, மூடர்: நான்கு வகை மனிதர்களைக் குறித்துச் சொல்லி ஐந்தவதான மூடரைப் பற்றி இங்கே சொல்லப்படுகிறது.*

1. தனக்கு விஷயங்கள் தெரியும். தனக்குத் தெரியும் என்பதும் இவர்களுக்குத் தெரியும்.

2. தனக்குத் தெரியும். ஆனால், தனக்குத் தெரியும் என்பது இவர்களுக்குத் தெரியாது.

3. தனக்குத் தெரியாது. ஆனால், தனக்குத் தெரியாது என்பது இவர்களுக்குத் தெரியும்.

4. தனக்குத் தெரியாது. ஆனால், தனக்குத் தெரியாது என்பது கூட இவர்களுக்குத் தெரியாது.

இவர்கள் மந்தபுத்தி கோண்டவர்கள் என்று விட்டுவிடலாம். இவர்களைத் தவிர இருக்கும் இன்னொரு பிரிவினரை எமதர்மர் நமக்கு அடையாளம் காட்டுகிறார்.

தனக்குத் தெரியாது. ஆனால் தனக்குத் தெரியாது என்பதும் இவர்களுக்குத் தெரியாது. அதோடு தங்களுக்கு அனைத்தும் தெரியும் என்று காட்டிக்கொள்பவர்களைக் குறிப்பிடுகிறார். இவர்கள் எவ்விதம் மற்றவர்களுக்கு நல்வழி காட்டுவார்கள்.)

முக்தி இன்பத்தை அளிக்கும், அதை அடைவதற்கான வழி என்ன என்பதை அறிந்துகொள்ளும் அறிவு முதிர்ச்சி இல்லாத மூடர்கள், செல்வங்களில் (மண், பொன், பெண் போன்ற உலக ஆசைகளில்) இன்பம் உள்ளது என்னும் மயக்கத்தில், கண் முன்பாக இருக்கும் இதைத் தவிர வேறு மேலான உலகம் இல்லை என்று இருப்பார்கள். இவர்கள் மீண்டும் மீண்டும் பிறந்தும் இறந்தும் எமலோகத்தில் என்னிடம் வந்து சிக்கிக்கொள்கிறார்கள்.

மேலான உண்மை அறிவைப் பற்றிக் கேட்டு அறிந்துகொள்பவர்கள் வெகு சிலரே உள்ளனர். அனைவருக்கும் அதற்கான வாய்ப்பு கிடைப்பதில்லை. கேட்டுத் தெரிந்துகொண்ட பிறகும் உண்மையை அறிந்தவர்கள் இன்னும் சிலரே இருப்பார்கள். இவற்றை எடுத்துச் சொல்வதற்கு குருவும் மிகச் சிலரே உள்ளனர். அந்த உபதேசத்தால் ஆத்ம ஞானத்தைப் பெறுபவர்கள் அரிதினும் அரிதாகவே இருக்கின்றனர். தானும் ஞானம் அடைந்து அதை மற்றவர்களுக்கும் உபதேசம் செய்யும் நாவன்மை நிறைந்தவர்கள் மிகவும் குறைவே. எங்கோ இருக்கும் ஏதோ ஒருவன்தான் நன்கறிந்த குருவால் உபதேசம் பெறும் பேறு பெற்று இந்த உண்மையான அறிவைப் பெறுகிறான்.

மேலான தகுதிபெறாத இன்னும் பக்குவமடையாத சாதாரண மனிதர்களால், ஆத்ம வித்தையை நன்றாகப் புரிந்துகொள்ளும் வகையில் உபதேசிக்க எடுத்துச் சொல்ல முடியாது. ஆத்மா பல வகைகளில்* பலவிதமாக சொல்லப்படுகிறது. தகுதியான குருவாலேயே பிரம்ம ஞானத்துக்கான உபதேசத்தை அளிக்க முடியும். அப்போது நன்றாக புரிந்துகொள்ள முடியும். குழப்பம் இருக்காது. அறிவதற்குத் தேவையான மற்றொன்று அங்கே இல்லாமல் போய்விடும். அறியப்படாதது என்னும் ஒன்று இருக்காது. சாதாரண கீழ்நிலையில் இருக்கும் மனிதர்களால் இவற்றை உபதேசிக்க முடியாது. ஆத்மா மிகவும் நுட்பமானது. புத்தியின் தர்க்கத்தால் அறிய முடியாதது.

இந்த ஆத்ம ஞானத்தை அறிந்து கொள்ளும் மெய்யறிவு தர்க்கங்களால் அறியப்படுவதுமல்ல; அழிந்தும் விடாது. ப்ரியமானவனே! ஞானமடைந்த ஒருவரால் உபதேசிக்கப்பட்டால் மட்டுமே தெளிவாக அறிந்துகொள்ள முடியும், இந்த ஞானத்தை அடைய முயற்சி செய்து நீ வந்திருக்கிறாய். அதற்கான மன உறுதியையும் நீ பெற்றிருக்கிறாய். உன்னைப்போன்ற சிறந்த மாணவர்களே ஞானத்தை உபதேசிக்கும் எங்களுக்கு வேண்டும்.

(பலவகைகளில்* - ஆத்மா குறித்து பலவகையான சிந்தனைகள், விவாதங்கள் உள்ளன.

1. ஆத்மா இருக்கிறது, ஆத்மா இல்லை
2. ஆத்மா இருக்கிறதென்றால் ஆத்மா என்பது செய்பவனா நுகர்பவனா?
3. ஆத்மாவுக்கு குணம் உள்ளதா? குணம் இல்லையா?
4. ஆத்மாவுக்கு உருவம் உள்ளதா இல்லையா?
5. ஆத்மா தூய்மையானதா? தூய்மையில்லாததா? போன்ற பலவகையான கேள்விகளுக்கு தகுதியான குருவாலேயே பிரம்ம ஞானத்துக்கான உபதேசமாக பதில் அளிக்க முடியும். சாதாரண கீழ்நிலையில் இருக்கும் மனிதர்களால் இவற்றை உபதேசிக்க முடியாது.)

சேர்த்துவைத்த அழியும் இயல்புள்ள செல்வங்கள் அனைத்துமே அழியும் தன்மையுள்ளவையே. அவற்றால் அழியாத பயனைப் பெற முடியாது. அழியும் பொருட்களால் அழியக்கூடிய இன்பமே கிடைக்கும். யாகம், வேள்வி ஆகியவற்றால் பெறும் பயன்கள் அழியும் தன்மையுடையது. இதை அறிந்தும் நாசிகேதாக்னியை வணங்கி யாகம் செய்து எமனுக்குரிய பதவியைப் பெற்று இன்பத்தை அனுபவித்துக் கொண்டிருக்கிறேன். (இந்த இன்பமும் நிலையில்லை என்பதையே இப்படிக் குறிப்பிடுகிறார்.)

இந்த உலகத்தில் தர்மம் பொருந்திய வாழ்க்கை வாழ்ந்து, வேள்வி யாகம் செய்தல் போன்றவற்றால் கிடைக்கும் பலன், ஹிரண்ய கர்ப்பரின் இடம், பிரம்மலோகம் என்று சொல்லப்படும் ஸத்ய லோகத்தை அடைதல். இதைவிட உயர்ந்த வேறு உலகங்கள் இல்லை. இது உலகத்துக்கு ஆதாரமாக உள்ளது. அழிவில்லாதது; பயமில்லாதது; புகழுக்குரியது; மிகவும் பரந்த விரிந்து, சகல ஐஸ்வர்யங்களும் நிறைந்த பெருமைக்குரியது. இந்த மேன்மையான நிலையை தீவிரமாக சிந்தித்துப் பார்த்து, நசிகேதா! புத்திகூர்மை நிறைந்த திட மனதுடன் இதற்கும் மேலான நிலையை அடைய விரும்பி, இவற்றின் மீது ஆசை கொள்ளாமல், மன உறுதியுடன் வேண்டாமென மறுத்துவிட்டாய்.

நீ விரும்பிய அறிவதற்கு கடினமான அந்த விருப்பமான ஒன்று, மிகவும் நுட்பமானதால், ரகசியமான இடத்தில் கண்களுக்குப் புலப்படாமல் மறைக்கப்பட்டுள்ளது. அறியாமைஇருளில்இருப்பதால் விருப்பு வெறுப்புகளில் கிடந்து துயரத்தில் உழல்கிறோம். ஞானம் என்னும் ஒளிக்கீற்றால்தான் அதை நீக்கி ஆத்ம ஞானத்தை அடைய முடியும். ஆத்ம சொரூபம் பழமையானது; ஆனாலும் மாற்றம்

இல்லாததால் என்றும் புதுமையானது. விருப்பு வெறுப்புகளிலிருந்து மனதைத் திருப்பி, ஆத்மாவுடன் ஒன்றுபட்டிருப்பவன், 'தானே ஆத்மா என்பதை உணர்கிறான். அப்போது அவனால் இன்ப துன்பங்களை விட்டுவிட முடியும். இன்ப துன்பங்கள் உடலின் குணங்கள் என்பதை நன்கு அறிந்ததால், அவன் அதில் மூழ்கி விடாமல், அதை விட்டு விலகிச் சென்றுவிடுகிறான்.

இந்த ஆத்ம சொரூபத்தை மேன்மை பொருந்திய குருவின் மூலமாகக் கேட்டு ஐயமின்றி விபரமாக அறிந்த மனிதன், ஆத்மாவை உடலிலிருந்து வேறுபடுத்து தனிமைப்படுத்தி உணர்ந்து, தான் தான் அந்த ஆத்மா என்பதை உணர்ந்துகொள்வான். சூக்ஷ்மமான ஆத்மாவை அறிந்ததனால் மகிழ்ச்சிக்குக் காரணமான அந்த ஆத்ம வடிவத்தையே அடைந்து எப்போதும் மகிழ்ந்திருக்கிறான். இந்த மோக்ஷ மாளிகையின் வாசல் நசிகேதனே! உனக்காக எப்போதும் திறந்திருக்கும். ஆத்ம ஞானம் பெற நீ தயார் என்பதை நம்புவதால், உனக்கு உபதேசிக்க நான் தயார்," என்றார்.

எமதர்மர் இதுவரையிலும் கூறியவற்றைக் கேட்ட நசிகேதன், தனக்கான மூன்றாவது வரமாக எதை விரும்பிக் கேட்டானோ, அதே கேள்வியை இன்னும் நுட்பமாகக் கேட்கிறான்.

மனிதன் இறந்தபிறகு, உடலை விட்டு நீங்கி விடுகிறான். அப்போது உடலுக்கு அப்பாற்பட்டு ஆத்மா என்று ஒன்று இருக்கிறது என்று சிலரும், ஒன்றும் இல்லை என்று சிலரும் சொல்கிறார்களே? அதைப்பற்றித் தெரிந்துகொள்ள விரும்புகிறேன் என்பதே முன்பு நசிகேதன் கேட்ட கேள்வி.

அதற்கான நேரடியான பதிலை எமதர்மர் இதுவரையிலும் கூறவில்லை. அது கடினமானது, தேவர்களுக்கும் அதில் ஐயம் உள்ளது, அதனால், மூன்றாவது வரமாக உனக்கான சுகமான வாழ்க்கையைக் கேட்டால், அனைத்தையும் அளிக்கிறேன் என்று நசிகேதனின் மன திடத்தை பல்வேறு கேள்விகளால் சோதித்து தெரிந்து கொண்டார். இப்போது முடிவாக மோக்ஷத்தின் வாசல் உனக்குத் திறந்திருக்கிறது என்று சொல்லி விட்டார்.

இப்போது நசிகேதன் எமதர்மரிடம்,"மெய்ப்பொருளான ஆத்மா நூல்களில் கூறப்படும் தர்மங்களிலிருந்து வேறுபட்டது. தர்மத்தின் பலன்கள், அந்த தர்மத்தைச் செய்பவர்கள் ஆகியவற்றிலிருந்தும் வேறுபட்டது. அதர்ம செயல்களிலிருந்தும் வேறுபட்டது. செய்யப் படுவதற்கு முன்பு, செய்யப்படாமல் இருந்த காரிய, காரணங்க ளிலிருந்தும் வேறுபட்டது. இறந்தகாலம், நிகழ்காலம், எதிர்காலம் என்னும் மூன்று காலங்களிலிருந்தும் வேறுபட்ட ஒன்றாகும். எந்த கால வரையறைக்கும் உட்படாதது. எதுவும் அதனிடம் நடக்காது. இந்த

ரகசியங்கள் அனைத்தையும் தாங்கள் நன்கு அறிவீர்கள். அதனை எனக்குத் தாங்கள் விபரமாக விளக்கிக்கூற வேண்டும்," என்று மீண்டும் ஆர்வத்துடன் அழுத்தமாக அறிவுபூர்வமாகக் கேட்டான்.

நசிகேதனின் வேண்டிக்கேட்டுக் கொண்டதால் எமதர்மன் இவ்வாறு சொல்கிறார்.

அனைத்து வேதங்களும்* எவை நன்மையளிக்கும் என்றும் முடிவான இலக்காக எதை அடையவேண்டும் என்று எடுத்துரைக் கின்றனவோ, விரதங்கள், தவம் ஆகிய நற்செயல்கள் அனைத்தும் எதை அடைவதற்காக செய்யப்படுகின்றன என்று சொல்லப்படு கின்றனவோ, எதனை விரும்பி குருகுலத்தில் பிரம்மச்சரியம் என்னும் ஆஸ்ரம தர்மத்தைக் கடைப்பிடிக்கிறார்களோ, அந்த உண்மையை, நசிகேதா! உனக்குப் புரியும் வகையில் சுருக்கமாகச் சொல்கிறேன் கேட்பாயாக!

ஆத்ம ஞானத்தினால் அறியப்படுகிற பிரம்மம், 'ஓம்' என்னும் சொல்லின் ஒலியால் அறியப்படுகிறது.

(அனைத்து வேதங்களும்* ரிக், யஜுர், சாம, அதர்வண வேதங்களின் பூர்வபாகமும், உத்தரபாகமான வேதங்களும், வேத வேதாந்தங்களின் முடிவுகளின் அடிப்படையில் இருக்கும் அனைத்து அறிவும்.)

ஓம் என்னும்சொல்லால்பரப்ரஹ்மத்தையும்,அபரப்ரஹ்மத்தையும் அறியலாம்.

குணத்தை நீக்கிவிட்டு ப்ரஹ்மத்தை அறிந்தால், நிர்குணப்ரஹ்மம் அல்லது பரப்ரஹ்மம் என்று சொல்லப்படும்.

குணத்துடன் சேர்த்து ப்ரஹ்மத்தைப் பார்த்தால் ஸகுணப்ரஹ்மம் அல்லது அபரப்ரஹ்மம் என்று சொல்லப்படும்.

ஸகுணப்ரஹ்மம் சூக்ஷ்மமானது. நிர்குணப்ரஹ்மம் அதைவிட சூக்ஷ்மமானது.

ஸகுணப்ரஹ்மம் அல்லது ஈஸ்வரன் அல்லது மாயையுடனான ப்ரஹ்மத்தை உபாசனை செய்வது எளிதானது.

நிர்குணப்ரஹ்மம் மாயை விடுபட்ட ப்ரஹ்மம். இது மேலான மேன்மை பொருந்தியது. இந்த உபாசனை எளிதானதன்று.

நான் பிரம்மமாக இருக்கிறேன் என்று தியானிக்க இயலாதவர்கள், 'ஓம்' என்னும் சொல்லை ப்ரம்மமாக எண்ணி தியானம் செய்ய வேண்டும். இதற்கு பிரதீகோபாசனை என்று பெயர். இது சிலை வடிவை கடவுள் என்று எண்ணி தியானம் செய்வதைப் போன்றது.

ஆத்ம விசாரம் செய்து ஆத்மாவை அறிய முடியாதவர்களுக்கு உபாசனை செய்வது ஏற்றதாகும். அதிலும் ஸகுணோபாசனையை விட நிர்குணோபாசனை மேன்மையானது.

இந்த,'ஓம்' என்னும் எழுத்தே பரப்ரஹ்மம் ஆகிறது. இந்த எழுத்தே அபரப்ரஹ்மமும் ஆகிறது.

இந்த ஓம்காரம் என்னும் எழுத்தை அறிந்து உபாசிப்பவன் விரும்புவது அனைத்தும் அவனுடையதாகிறது.

பரப்ரம்மத்தை ஓம் என்று உபாசிப்பவன் மெய்ஞானத்தைப் பெறுவான்.

அபரப்ரம்மத்தை ஓம் என்று உபாசிப்பவன் பிரம்மலோகத்தை அடைவான்.

ஆன்ம அறிவைப் பெற பற்றுக்கோடாக உள்ளவைகளில் ஓம்காரமே மேன்மையானது. இந்த ஓம் என்னும் எழுத்தையே பரப்ரஹ்மமாக நினைத்து உபாசிப்பவன் பிரம்மலோகத்தையே அடைகிறான். பிரம்ம மாகவே வடிவெடுத்து போற்றப்படுகிறான்," என்று கூறிய எமதர்மர் பிரம்மத்தின் உண்மை வடிவைப் பற்றிக்கூற ஆரம்பிக்கிறார்.

"ஓம்காரத்தால் உபாசனை செய்யத் தகுந்த ஆத்மா பிறப்பதில்லை; வளர்வதில்லை; இறப்பதில்லை; இவற்றில் வேறுபாடுகள் இல்லாதவன்; ஞானமாக விளங்குபவன்; தோன்றுவதற்கு காரண மில்லாதவன்; அவனிடமிருந்தும் எதுவும் தோன்றுவதில்லை. ஆதலால், அவன் அழிவற்றவன்; எப்போதுமிருப்பவன்; குறை வில்லாதவன்: புராதனமானவன்; புதுமையுமானவன்; அதனால், உடல் கொல்லப்பட்டு அழிந்தபோதும் தான் கொல்லப்படாமல் அழியாமல் இருப்பவன்," என்றார்.

மரணத்துக்குப் பிறகு, உடல் அழிந்தபின்பு ஆத்மா இருக்குமா என்னும் கேள்விக்கு, மரணத்துக்குப் பிறகும் ஆத்மா அழியாமல் உள்ளது என்று, நசிகேதனின் கேள்விக்கு, ஆம் என்னும் பதிலை இங்கே தருகிறார்.

இதை நாம் எப்படி கடைப்பிடிப்பது?

"நான் ஞான சொரூபமான ஆத்மா. நான் தோன்றுவதுமில்லை; வளர்வதுமில்லை; தேய்ந்து மறைவதுமில்லை; நான் எதிலிருந்தும் உண்டானவனில்லை; எதையும் என்னிடமிருந்து உண்டாக்கு பவனுமில்லை; நான் பிறவாத, மாறாத, மறையாத, அழிவற்ற என்றைக்குமுள்ள ஆத்மா. நான் புராதனமான, என்றும் புதுமையான ஆத்மா. மரணம் என்று இந்த உடல் இறந்து போனாலும் நான்

அழிவில்லாமல் இருக்கிறேன்." இதுதான் மெய்யறிவு. வேதவாக்கு. இதன் பொருளை உணர்ந்து தியானம் செய்து நம் மனதில் திடமாக இருத்திக்கொள்ள வேண்டும்.

இப்போது மீண்டும் தொடர்கிறார்,"ஆத்மாவைக்குறித்து அறியாதவன், பிறரைக் கொலை செய்ய நினைக்கிறான்; நான், 'கொலை செய்பவன்' என்று நினைக்கிறான். கொல்லப்பட்டவனோ, 'நான் இவனால் கொல்லப்பட்டேன்' என்று நினைக்கிறான். இவர்கள் இருவரும் உடலை ஆத்மாவாக நினைக்கிறார்கள். ஆத்மாவின் உண்மைவடிவை இவர்கள் அறியவில்லை. ஆத்மா கொல்பவனுமல்ல. கொல்லப்படுபவனுமல்ல.

இவை உண்மையில் உடலால் செய்யப்படுபவை. உடலில் இருக்கும் பொறிகளால் செய்யப்படுபவை. ஆத்மாவால் செய்யப்படுபவை அல்ல. ஆத்மா எதுவும் செய்வதில்லை. இதை இவர்கள் அறிய வில்லை. ஆத்மா எதனுடனும் தொடர்பு இல்லாதது. எந்த செயலையும் செய்யாத, எந்த விளைவுகளுக்கும் உட்படாதது."

அடுத்து ஆத்மாவின் மேன்மையையும் ஆத்மாவின் வடிவம் என்ன ஆத்மாவை எவ்விதம் அறியலாம் என்பதுவும் சொல்லப்படுகின்றன.

"ஆத்மா நுண்ணிய அணுவைக்காட்டிலும் சிறியது, மிகப் பெரியதான பொருளைக் காட்டிலும் மிகவும் பெரியது. அனைத்து உயிரினங்களின் உள்ளத்தில் உள்ளது. அதனால் உணர்வாகவும் விளங்குகிறது. அந்த மேன்மை பொருந்திய ஆத்மாவை பற்றற்ற வர்களே அறிவார்கள். தெளிவான மனதுடன் ஆத்ம உண்மையை அறிவார்கள். அதன் பயனாக அமைதியடைந்து துயரத்திலிருந்து விடுபடுகிறார்கள்.

ஆத்மா அசையாமல் இருக்கும்போதும், வெகுதூரம் செல்கிறது. படுத்துக்கொண்டே எல்லா இடங்களுக்கும் செல்கிறது. மகிழ்ச்சி துயரம் எதுவும் இல்லாதது. வேறுபட்ட குணங்களை உடையது. இவ்விதம் வெவ்வேறு குணங்களைக்கொண்ட ஆத்மாவை நான் மட்டுமே அறியத் தகுதி கொண்டவன். மனத்தூய்மை பெறாத, வைராக்யம் இல்லாத வேறு யாராலும் அறிய முடியாது.

ஆத்மா உடலற்றவன்; நிலையில்லாத தேவர், மனிதர்களின் நிலையில்லாத உடல்களில் நிலையாக இருப்பவன். மிகவும் பெரியவன்; எங்கும் நிறைந்துள்ளவன்; இந்த ஆத்மாவை நன்கு அறிந்தவன் துன்பமடைவதில்லை. துன்பமடைவது ஆத்மாவின் இயல்பு அல்ல. அவை உடல் உறுப்புகளின் குணங்களாகும்.

ஆத்மாவை வேத மந்திரங்களை உச்சரிப்பதாலோ, மனப்பாடம் செய்து சொல்வதாலோ எளிதாக அறிந்துகொள்ள முடியாது. ஆத்மா

தானாகவே விரும்பி வடிவைக் வெளிகாட்டினால்தான் உண்டு. உண்மையான சிரத்தையுடன் மெய்ஞ்ஞானத்தைத் தேடுபவர்களுக்கு தன் உண்மையான வடிவத்தைக் காட்டும்.

தீய பண்புகளிலிருந்து விலகி, ஒழுக்கமான வாழ்க்கையை வாழ் பவன், இந்திரியங்கள் கட்டுக்குள் இருப்பதால் நிம்மதியாக இருப்பவன், மனதை ஒருமுகப்படுத்தியவன், அமைதியான மனதுடன் இருப்பவன் ஞானத்தினால் ஆத்மாவை அடைகிறான்.

(இந்த மந்திரத்தில், தீய பண்புகளிலிருந்து விலகி, ஒழுக்கமான வாழ்க்கையை வாழாதவன், இந்திரியங்கள் கட்டுக்குள் இருல்லாதால் நிம்மதியாக இழந்திருப்பவன், மனதை ஒருமுகப்படுத்த இயலாதவன், அமைதியான மனம் இல்லாதிருப்பவன் ஞானத்தினால் ஆத்மாவை அடைய முடியாது.)

யாருக்கு ப்ராமணன் க்ஷத்திரியன் இருவரும் யாருக்கு உண வாகிறார்களோ, அனைத்து உயிர்களையும் கவர்ந்து செல்லும் எமதர்மன் யாருக்கு ஊறுகாயாக ஆகிறானோ, அந்த ஆத்மாவே இவர்களைவிட மேலானவன். இனி சொல்லப்படும் ஓம்காரம் உபாசனை செய்பவனாலேயே, 'நானே அவன்' என்பதை அறிந்துகொள்ள முடியும். இது இவ்விதமானது, இது இங்கே இருக்கிறது என்று எடுத்துச் சொல்வதை வேறு யாரால் அறிய முடியும்?" என்கிறார்.

தன்னைத் தகுதிக்கேற்ப வளர்த்துக்கொள்ளாத, முறையாக குருவிடம் ஆத்ம ஞானத்தைக் கற்காதவர்களால் ஆத்ம ஞானத்தை அடைய முடியாது.

ஆத்ம ஞானத்தின் முன்பாக, பதவி, அறிவு, ஆளுமை, ஜாதி போன்ற இவையனைத்தும் ஒன்றுமே இல்லை.

முதல் அத்தியாயம் இரண்டாம் வல்லீ நிறைவுற்றது.

அத்தியாயம் 1 மூன்றாம் வல்லீ

நசிகேதனிடம் ஜீவாத்மா, பரமாத்மா குறித்து பேசத் தொடங்கிய எமதர்மர் தொடர்கிறார்,"ஜீவாத்மா, பரமாத்மா இருவரும் தங்களுக்குரிய கர்மபலனை அனுபவித்துக்கொண்டிருக்கிறார்கள். உடலுக்குள்ளேயே இருக்கும் மேன்மை பொருந்திய ஒரு ரகசியமான இடத்தில், இருவரும் புகுந்திருக்கிறார்கள். நிழலும், வெயிலும் போல, மாறுபட்ட இயல்பினை உடையவர்கள். பிரம்மத்தை அறிந்த துறவிகளும் இதையே சொல்வார்கள்; வேள்வி யாகங்களைச் செய்துவாழும் (பஞ்சாக்னய:)சம்சாரிகளும் இதையே சொல்கிறார்கள். த்ரிணாசிகேதம்* செய்தவர்களும் இதையே சொல்கிறார்கள்.

(பஞ்சாக்னய:) குடும்பத்தில் இருக்கும் சம்சாரிகள், இந்த கார்ஹபத்யம், ஆஹவனீயம், தக்ஷிணாக்னி, ஸப்யம், ஆவஸத்யம் ஆகிய ஐந்து அக்னி கர்மாக்களை செய்ய வேண்டும் என்று சொல்வதுண்டு.)

(த்ரிணாசிகேதம்*- சொர்க்கத்துக்குச் செல்வதற்கான யாகத்தை நசிகேதனுக்கு எமதர்மர் சொல்லிக்கொடுத்தார். அதை ஒருவர் தம் வாழ்நாளில் மூன்றுமுறை செய்ய வேண்டும் என்றும் கூறினார். அந்த யாகத்துக்கு நசிகேதனின் பெயரலேயே நாசிகேத யாகம் என்னும் பெயரை அளித்தார். மூன்று தடவை அதைச் செய்தால் த்ரிணாசிகேதம் என்று சொல்லப்படும்.)

ஒரு குறிப்பிட்ட பலனை எதிர்பார்த்து யாகத்தை செய்யும் எஜமானனுக்கு, அந்த நாசிகேதாக்னி அவனுடைய அச்சத்தைப் போக்கி, துன்பக்கடலை கடப்பதற்குப் பாலமாக இருந்து கடக்கச் செய்யும். அந்த அக்னியைக்கொண்டு யாகம் செய்பவர் பயமின்றி துன்பம் நீங்கி இன்பமாக இருப்பார். சம்சாரத்துன்பம் இல்லாத நிலை பரப்ரஹ்மமாகும். இதை நான் அறிந்தேன். நீயும் அறிவாய். நாம் அழிவில்லாத, பயமில்லாத, பிறவிப்பிணியைப் போக்கும் பரம்பொருளை அறியும் தகுதி படைத்தவர்களாவோம்," என்றார்.

நான்யாகம்செய்துபயனை அடைந்தேன்.மெய்யறிவால்கிடைக்கும் பயனையும் அடைந்தேன், நீ கர்மாவினால் அபரப்ரஹ்மத்தையும், மெய்யறிவால் பரப்ரஹ்மத்தையும் அடைவாய் என்பதாகச் சொல்லப்படுகிறது. அடுத்து மோட்சத்தை அல்லது சொர்க்கத்தை அடைய விரும்புபவர்கள், என்ன விதமான பயண சாதனமாகிய வாகனத்தைப் பெற வேண்டும் என்று சொல்கிறார்.

"நசிகேதா! ஜீவாத்மா ஒரு தேரின் எஜமானன் அல்லது தேரை

சொந்தமாக்கிக்கொண்டவன். உடலே தேர் என்னும் வாகனம். புத்தி தேரை ஓட்டும் சாரதி. ஐம்பொறிகள் தேரை இழுத்துச் செல்லும் குதிரைகள். மனம் குதிரைகளைப் பிடித்து நிறுத்தும் கடிவாளம். பொறிகளின் மூலமாக அனுபவிக்கும் இன்பங்கள் குதிரை செல்லும் தேரோடும் வீதி. பொறிகளுடனும் மனதுடனும் இருக்கும் ஆத்மாவே இதை அனுபவிப்பவன் என்று நன்கு அறிந்த ஞானம் பெற்றவர்கள் கூறுவார்கள்.

தேரை ஓட்டும் சாரதி திறமையில்லாதவனாக இருந்தால், அவனுக்கு குதிரை அடங்காது. தான்தோன்றித் தனமாக ஓடி ரதத்தை இழுத்துச் சென்று பள்ளத்திலும் விழ நேரிடலாம். அப்போது தேரில் இருப்பவனால் தான் விரும்பிய இடத்துக்குச் சென்று சேர முடியாது.

ஜீவாத்மாவுக்கு நல்ல திறமை இல்லையென்றால், பொறிகள் கட்டுக்குள் இருக்காது. தன் இஷ்டம் போல் திரிந்து விஷய இன்பங்களில் ஆழ்ந்து உடலை பாவ வழியில் குடைசாய்த்து விடும். அதனால் ஜீவாத்மா துன்பமைடைய நேரும். புத்தியால் மனதைக் கட்டுக்குள் வைத்து பொறிகளை அடக்க முடியவில்லை என்பதால் உடல் கெடுகிறது. ஜீவன் துன்பமடைகிறான்.

திறமையான சாரதி கடிவாளக் கயிறை இழுத்து குதிரையை அடக்கிக் கட்டுக்குள் கொண்டுவந்ததும், குதிரைகள் அவன் செலுத்தும் பாதையில் தேரை இழுத்துச் செல்லும். அவன் செல்ல விரும்பிய இடத்துக்குப் போய் சேர்வான். தேர்ந்த புத்திகூர்மையுடன் இருந்தால், மனதை இன்பங்களை நுகரச்செல்ல விடாமல், பொறிகளை அடக்கிக் கட்டுக்குள் வைத்து விடும். அதனால் தேவையில்லா விஷயங்களில் செல்லாமலிருந்தால், உடல் கெடாது. உடலில் இருக்கும் ஜீவாத்மா தான் செய்ய விரும்பிய நற்செயல்களைச் செய்து நல்ல பலன்களைப் பெறுவான்.

ஜீவாத்மா திறமையில்லாத புத்திகூர்மை இல்லாதவனாக இருந்தால், மனதை அடக்கிக் கட்டுக்குள் வைக்க இயலாதவனாகிறான். அதனால் மனத் தூய்மையற்றவனாகிறான். ஐம்பொறிகளை அடக்கும் திறமை இல்லாதவனாதலால், மேலான நிலையைப் பெறமாட்டான். பிறவிப் பிணியை அடைந்தே தீருவான். நல்ல புத்தியுடைய ஜீவாத்மா மனதை அடக்கும் திறன் உள்ளவனாக இருப்பான். எப்போதும் மனத் தூய்மையுடையவனாக இருப்பான். ஐம்பொறிகளை அடக்கி ஆளும் திறமைகொண்டிருப்பான். தேவையான இலக்கைச் சென்று சேர்ந்து மறுபடியும் பிறவா மோட்ச நிலையை அடைந்துவிடுவான்.

எந்த மனிதன் விவேகத்துடன் கூடிய புத்தியை சாரதியாகக் கொண்டிருக்கிறானோ, மனதை கடிவாளமிட்டு அடக்கி கட்டுக்குள் வைத்திருக்கிறானோ அவன் பொறிகளை அடக்கி மனத்தூய்மையுடன்

வாழ்க்கை பயணத்தின் முடிவான இலக்கான எல்லையை அடைந்து விடுகிறான். அந்த இடமே மேலான இடமாகும். பரமபதம் என்றும் சொல்வதுண்டு. ஐம்பொறிகளை விட ஐம்புலன்கள் மேலானவை; நுட்பமானவை.

புலன்களை விட மனம் நுட்பமானது. மனதை விட புத்தி நுட்பமானது. புத்தியை விட மஹத் என்னும் பொருளான ஆத்மா மேலானது. ஆத்மாவை விட அவ்யக்தம் என்னும் வெளிப்படாத மாயா சக்தி நிலை நுட்பமானது. மாயா சக்தி நிலையை விட ப்ரம்ஹம் மேலானது. ப்ரஹ்மத்தை விட மேலானது எதுவுமில்லை.

இந்த மேலான ஆத்மா அனைத்து உயிரிங்களுக்குள்ளும் மறைந்து இருப்பான். அறியாமையாகிய மாயையால் வெளியே தெரிவதில்லை. தெளிந்த கூரியபுத்தியுள்ள பெரியவர்கள் இதை அறிவார்கள்.

ஆத்மாவை அறிவதற்கு முதலில் நாக்கு உள்ளிட்ட பொறிகளை மனதால் அடக்க வேண்டும். மனதை ஆத்மாவில் ஒன்ற வைக்க வேண்டும். மகத்தான ஆத்மாவை தூய பிரம்மத்தில் இணைத்துவிட வேண்டும்.

நசிகேதா! நீயும் உன்னைச் சார்ந்தவர்களும், ‘எழுந்திருங்கள் விழிப்புணர்வைப் பெற்றுக்கொள்ளுங்கள்,’ ஞானத்தில் சிறந்த குருவிடம் சென்று சேருங்கள். அவர்களுடைய உபதேசத்தினால், ’நானே ப்ரஹ்மம்’ என்னும் மெய்யறிவைப் பெறுங்கள். அறியாமையை நீக்கி மெய்யறிவில் இருங்கள். கூர்மையான கத்தி முனையில் நடப்பது போன்று அரிதானது, மெய்யறிவும் அடைவதற்கு அரிதானது என்று ஞானிகள் கூறுகின்றனர்.

அறிந்துகொள்ள வேண்டிய ஆத்மா மிகவும் நுட்பமானது. எவ்வாறு என்பதைக் குறித்து சற்று விரிவாகப் பார்க்கலாம்.

நாம் வாழும் பூமி மிகவும் பெரியது. அது சுவை, ஒளி, ஒலி, நாற்றம், ஊறு என்னும் ஐங்குணங்களைக் கொண்டது. பூமியைவிட நீர் நுட்பமானது. பூமியில் உள்ள ஐந்து குணங்கள் நீரில் இல்லை. அதற்கு சுவை, ஒளி, ஒலி, ஊறு ஆகிய நான்கு குணங்கள் மட்டுமே உள்ளன.

நீரைவிட நெருப்பு நுட்பமானது. அதற்கு ஒளி, ஒலி, ஊறு ஆகிய மூன்று குணங்கள் மட்டுமே உள்ளன.

நெருப்பை விட காற்று நுட்பமானது. அதற்கு ஒலி, ஊறு ஆகிய இரண்டு குணங்கள் மட்டுமே உள்ளன.

காற்றை விட வானம் நுட்பமானது. அதற்கு ஒலி என்னும் ஒரு குணம் மட்டுமே உண்டு.

வானம் ஆத்மாவிலிருந்து உருவானது.

இந்த ஐம்பூதங்களின் எந்த குணங்களும் ஆத்மாவுக்கு இல்லை. அதனால் ஆத்மா குணங்களற்றது.

ஆத்மா ஒலியற்றது; ஆத்மாவைத் தொட்டு உணர முடியாது; ஆத்மா உருவமற்றது; ஒளியில்லாதது; சுவையில்லாதது; மணமில்லாதது; அழிவற்றது; தோற்றமும் முடிவுமில்லாதது; எப்போதும் உள்ளது; அனைத்திலும் மேலானது. ஆத்மாவை அறிந்து அடைந்தவன் எமனின் வாயில் விழுந்துவிடாமல் அதிலிருந்து விடுபடுகிறான்.

இப்படியாக நசிகேதனுக்கு எமதர்மர் கூறிய மெய்யறிவினை விளக்கிச் சொல்லும் கதையைச் சொல்பவனும், தேர்ந்த குருவிடம் கேட்டு அறிபவனும் சிறந்த ஞானத்தைப் பெற்றவராய் தகுந்த மாணவருக்கு உபதேசித்துக்கொண்டும் பிரம்மலோகத்தில் போற்று தலுக்குரிய அளவில் சிறந்து விளங்குவார்.

சான்றோர் நிறைந்த சபையில் இந்த மேன்மையான உபநிஷத்தின் உபதேசத்தை வாசிப்பவரும், இதை விளக்கிப் பொருள் கூறுபவரும், மேலான சிறப்பை அடைவார்கள். பரிசுத்தமாக தூய மனதுடன் பெற்றோரின் சிரார்த்தகாலத்தில் மற்றவரும் கேட்கும்படி பாராயணம் செய்பவர்களுக்கு, இன்னும் அதிகமான பலனை அளிக்கும்.

நசிகேதன் எமதர்மரிடம் மூன்றாம் வரமாகக் கேட்ட கேள்விகளும், பதில்களும்:

1. மரணத்துக்குப்பிறகு ஆத்மா இருக்கிறதா இல்லையா?
   இருக்கிறது. மரணத்துக்குப் பின் உடல் அழிந்தாலும் ஆத்மா அழியாது.

2. இருக்கிறது என்றால் அதன் இயல்புகள் என்ன?
   எந்த குணமும் இல்லாதது ஆத்மா. குணங்கள் இருப்பது போலத் தெரிவது மாயையால்தான்.

3. அதை அறிய என்ன செய்ய வேண்டும்?
   விவேகம் வேண்டும். புத்தியால் மனதை அடக்கத் தெரிய வேண்டும்.

4. அதை அறிவதால் என்ன பயன்?
   பிறவிப் பிணியை அடையாமல் இருக்கலாம்.

5. யாகம் வேள்விகளைச் செய்து அழிவில்லாத பலனைப் பெற முடியுமா? முடியாதா?
   யாக வேள்விகள் செய்வதால். அழியாத பலன்களைப் பெற முடியாது. யாக வேள்வியால் கிடைக்கும் பலன்களும் போகங்களே. அவையும் அழிந்துவிடும் தன்மை கொண்டவையே.

முதல் அத்தியாயம் மூன்று வல்லீகளும் நிறைவுபெற்றன.

அத்தியாயம் 2 முதல் வல்லீ

முதலில், அனைத்து உயிரினங்களுக்குள்ளும் மறைந்திருக்கும் ஆத்மாவைப் பற்றி அனைவராலும் அறிந்துகொள்ள முடியவில்லை. கூரிய நுட்பமான புத்தி உடையவர்களால் மட்டுமே ஆத்மாவை அறிந்துகொள்ள முடியும் என்று எமதர்மர் கூறினார்.

இப்போது, மனிதர்கள் அனைவருக்கும் ஏன் கூரிய நுட்பமான புத்தி இல்லை? அதற்குத் தடையாக இருப்பது எது? என்னும் விஷயங்களைப் பற்றிக் கூறுகிறார்.

"சுயம்புவான பிரம்மதேவன், மனிதர்களுக்கு பஞ்சேந்திரங்களாகிய ஐந்து பொறிகளை அளித்தான், அவற்றை வெளிவிஷயங்களைப் பார்க்கும் நோக்கிலேயே படைத்து, உள்நோக்கி அகவயமாகப் பார்க்க விடாமல், அதனால் துன்பப்படும்படி பொறிகளை வீணாகப் படைத்து விட்டான். அதனால், மக்கள் ஐம்பொறிகளைக்கொண்டு புற விஷயங்களையே பார்க்கின்றனர். தனக்குள் இருக்கும் பரம்பொருளான ஆத்மாவைப் பார்ப்பதில்லை.

மன திடமுள்ள யாரோ ஒரு விவேகியே, புற உலகப் பொருட்களைப் பார்க்காமல், பொறிகளை அடக்கி அகவயமாகத் திருப்பி தனக்குள் இருக்கும் பரம்பொருளைப் பார்க்கிறான். தானே உண்மை வடிவான அந்த ஆத்மா என்பதை அறிந்து மரணமற்ற நிலையை அடைகிறான்.

பக்குவமடையாதவர்கள், விவேகம் பெறாதவர்கள் வெளியில் தெரியும் பொருள்களிலேயே பற்று கொண்டிருப்பார்கள். அவற்றை அடைய முயற்சி செய்வார்கள். அதனால், பிறவித் துன்பத்தில் வீழ்வார்கள். விவேகிகள் மெய்ப்பொருளான ஆத்மாவின் நிலையை அறிந்து, அதுவே அழிவற்றது என்பதை உணர்வார்கள். அதனால் நிலையில்லாத அழியும் பொருட்களை விரும்பமாட்டார்கள்.

எந்த அறிவினால் சுவை, ஒளி, ஒலி, நாற்றம், வடிவம் தொடுதல் ஆகியவை அறிந்து அனுபவிக்கப்படுகிறதோ, அந்த அறிவே விவேகிகள் விரும்பும் பரம்பொருளாகும். அந்தப் பரம்பொருளால் அறியப் படாததாக எந்தப் பொருளும் இந்த உலகத்தில் இல்லை. அதுவே ஆத்மா.

மனிதன் கனவுநிலையில் தோன்றும் பொருள்கள், விழிப்பு நிலையில் தோன்றும் பொருள்கள் இரண்டையும், எந்த அறிவால் தெரிந்துகொள்கிறானோ அதுவே ஆத்மா. அளவற்றதான, கால தேச

வஸ்துகளின் அளவுகளுக்குள் அடக்க முடியாததான, இவற்றைக் கடந்தும் எங்கும் பரவி வியாபித்திருக்கின்ற மாறாத நிலையான உண்மையை, 'அதுவே தான்' என்று நன்கறிந்த விவேகியானவன் வருந்தமாட்டான்.

யார் கர்ம பலன்களை நுகர்ந்து, மிக நெருக்கமாக ஆத்மாவாக தன்னை அறிந்துகொள்கிறானோ அந்த ஜீவனை, இறந்தகாலம், நிகழ்காலம்,எதிர்காலம்என்னும்மூன்றுகாலங்களுக்கும்தலைவனான ஈஸ்வரன் என்று அறிந்த பிறகு தன்னைக் காப்பாற்றிக்கொள்ள விரும்பமாட்டான்.

(உண்மையான அறிவால் உலகம் பொய் என்றும் இல்லாத பொருளென்றும் நன்கு அறிந்தவன், உலகப் பொருட்களால் தனக்கு இன்பமோ துன்பமோ வருமென்று எண்ணி அதிலிருந்து தன்னைக் காப்பாற்றிக்கொள்ள மாட்டான்.)

நசிகேதா! நீ என்னிடம் எந்த ஞானத்தைக் கேட்டு அறிய வேண்டுமென்று விரும்பினாயோ அந்த ஆத்மா இதுவே ஆகும்," என்றார்.

இதைத் தொடர்ந்து, ஹிரண்யகர்ப்பன் என்று கூறப்படுபவரும் பரமாத்மாவே என்று விளக்குகிறார்.

"முதன்முதலில் தவத்திலிருந்து யார் பரபிரம்மத்திலிருந்து தோன்றினாரோ அவரே ஹிரண்யகர்ப்பர். தண்ணீர் முதலிய ஐம்பூதங்களுக்கு முன்பு தோன்றியவர் அவர். உயிரினங்களின் மனங்களில் புகுந்து மறைந்திருப்பவர். அவரை உண்மையாக அறிந்தவன் ஆத்மாவே பிரம்மம் என்பதை உணர்கிறான்.

ப்ராணனால்சூக்ஷ்மமான சரீரமாகஉருவாகும்ஹிரண்யகர்ப்பரே அனைத்து தேவதைகளின் வடிவமாக இருக்கிறார். அதிதியாக உள்ளார். இந்த அதிதி தேவர்களின் உருவத்தை உண்டாக்கி, அந்த மனங்களில் நுழைந்து ரகசியமாக மறைந்திருந்து, அங்கேயே நிலையாக இருக்கிறார். அவரை உண்மையாக அறிந்தவன் ஆத்மாவே பிரம்மம் என்பதை உணர்கிறான்.

நெய் முதலிய ஹோம திரவியங்களை உண்டு, இரண்டு அரணிக்கட்டைகளுக்கு நடுவில் மறைந்திருக்கும் அக்னி, கர்ப்பிணிப் பெண்கள் தங்கள் கருவைகர்ப்பத்தில்எச்சரிக்கையுடன்பாதுகாப்பதைப் போல நாள்தோறும் பூஜிப்பவர்களால் பாதுகாக்கப்படுகிறது.

பிரஹ்மத்திலிருந்து தோன்றிய அக்னிதேவனை பிரம்மம் என்று உணர்ந்து யோகிகளும் யாகவேள்வி செய்வோரும் தினந்தோறும் புகழ்கின்றனர்.

எங்கிருந்து சூரியன் உதிக்கிறானோ, எங்கே சூரியன் அஸ்தமிக்கிறானோ அந்த பிராணத்தில், வண்டிச்சக்கரத்தின் குடத்தில் ஆரக்கால்கள் கோர்க்கப்பட்டிருப்பதைப் போல, அந்தப் பிராணனில் அனைத்துப் பொறிகளும், அனைத்து தேவதைகளும் சார்ந்து இருக்கிறார்கள். தேவர்களில் எவரும் அந்த ஹிரண்ய கர்ப்பனைக் கடந்தவராக இல்லை. அந்தப் பிராணனும் பிரம்மனே.

பிரம்மம் சர்வ ஆத்மாவாக உள்ளது என்பதை இந்த நான்கு மந்திரங்களும் எடுத்துச் சொல்கின்றன. அனைத்து உயிர்களும் அனைத்து பொருட்களும் பிரம்மத்தின் வடிவமே என்பதை நாம் உணர வேண்டும் என்பதைச் சொல்கிறார்.

இங்கே இருப்பது எதுவோ அதுவே அங்கே இருக்கிறது. அங்கே இருப்பது எதுவோ அதுவே இங்கே அருகில் இருக்கிறது. ஒன்றாக இருப்பதை யார் பலவாக வேறுபடுத்திப் பார்க்கிறானோ அவன் மரணித்து பிறந்து மீண்டும் மரணத்தை அடைகிறான்.

எந்த வடிவங்கள் ஆத்மாவில் தோன்றுகின்றனவோ, அவை அனைத்தும் வேறு உருவங்களும், வேறு பெயர்களும் கொண்டு விளங்குகின்றன. ஆனால், அவை வெவ்வேறு அல்ல. ஒரே பிரம்மம் தான் என்பதையே இப்படிக் குறிப்பிடுகிறார்.

ஒருவன் நல்ல குருவாலும் வேதங்களாலும் தூய மனதுடன் இங்கே அணுவளவும் வேறுபாடு இல்லை, அனைத்தும் ஒரே ஆத்மாதான் என்று அறிந்துகொள்ள வேண்டும். ஆத்மா பல விதமாக வேறுபாடுடன் உள்ளது என்று காண்பவன் மீண்டும் பிறந்து மீண்டும் இறந்து பிறவித் துன்பத்தை அடைகிறான்.

ஆத்மா கட்டை விரல் அளவுள்ளதாக நம் உடலில் மத்தியில் (இதயத்தில்) உள்ளது. இறந்த காலம் நிகழ்காலம் எதிர்காலம் என மூன்று காலங்களுக்கும் தலைவனாக இருக்கும் அந்த பிரம்மத்தை அறிந்துகொண்டவனுக்கு, எதிலிருந்தும் தன்னைக் காத்துக்கொள்ள வேண்டுமென்னும் எண்ணம் இல்லை. மரணம் நரகம் என்பவை அவனை நெருங்குவதில்லை என்பதைச் சொல்கிறது.

இந்த ஆத்மாவே பிரம்மம்.

கட்டைவிரல் அளவுள்ள ஆத்மா, புகையில்லாமல் ஒளிரும் ஜோதியைப்போல முக்காலத்துக்கும் தலைவனாக நேற்றும் இன்றும் நாளையும் அவனே ஐயமின்றி உயிர்கள் அனைத்திலும் இருக்கிறான். அதனால் இறந்த பின்பு ஆத்மா இல்லை என்பது தவறு.

இந்த ஆத்மாவே பிரம்மம்.

மலை உச்சியின் சிகரங்களிலிருந்து எவ்விதம் தண்ணீர் மழையாகப் பொழிந்து, மலையிலிருந்து கீழே பள்ளங்களை நோக்கிப்

பலவடிவங்களில் (நீரோட்டம், அருவி, ஆறு, நதி போன்று) குதித்து ஓடுகிறது. அவ்வாறே ஆத்மாவை ஒவ்வொரு உடலிலும் வேறுவேறாக இருப்பதாகப் பார்ப்பவன் பல பிறவிகள் எடுத்து சம்சாரத்தில் உழல்கிறான். தண்ணீர் எத்தனை பெயர்களில் வடிவங்களில் இருந்தாலும் அது தண்ணீர்தான்.

அதுபோல, பல உடல்களில் இருந்தாலும் ஆத்மா ஒன்றுதான்.

தூய்மையான இடத்தில் இருக்கும் தூய்மையான நீருடன் கலக்கும் நீர் அதுவும் அந்த தூய தன்மையைப் பெற்று தூய்மையாகும். அதுபோல கௌதமா! (நசிகேதனே) ஆத்ம விசாரமுடைய முனிவருடைய மனமும் ஆத்மாவோடு ஒன்றி தானும் ஆத்மாவாக பிரம்மமாகவே ஆகிவிடுகிறது. ஆத்மாவும் பிரம்மமும் ஒன்றே; வேறு வேறு அல்ல.

இரண்டாவது அத்தியாயம் முதல் வல்லீ நிறைவுபெற்றது.

அத்தியாயம் 2 இரண்டாம் வல்லீ

பிரம்ம வித்தையை உபதேசிக்கும் தத்துவம் நுட்பமாகவும் எளிதாக இல்லாமலும், சூக்ஷமமாக இருப்பதால், மெய்யறிவு குறித்த ஒரே கருத்தை வெவ்வேறு கோணங்களில் பல்வேறு விதமாக எடுத்துரைக்கிறார்.

இந்த உடல் பதினொரு வாயில்களைக்கொண்டது. குறைவற்ற அறிவை உடையவனும், அழிவற்றவனுமாகிய ஆத்மா குடியிருக்கும் நகரம். இந்த நகரத்தின் தலைவனான பிறப்பற்றவனான ஆத்மாவை தியானிப்பவன் கவலை துன்பங்களிலிருந்தும் பிறவித் தளைகளி லிருந்தும் பற்றுகளிலிருந்தும் விடுபடுவான். மீண்டும் மறுபிறவி எடுப்பதில்லை.

(பதினொரு வாயில்கள்: (துவாரங்கள்) இரண்டு கண்கள், இரண்டு காதுகள், இரண்டு நாசித்துவாரங்கள், ஒரு வாய், நாபி, சிறுநீர், மலம் வெளியேற்றும் துவாரங்கள், தலையில் கண்களுக்குப் புலப்படாத பிரம்மரந்திரம்)

ஆத்மா ஒரு உடலில் மட்டுமல்ல அனைத்திலும் இருக்கிறான்.

தூய ஆகாயத்தில் சூரியனாக காலத்தை அழித்துக்கொண்டு நகர்ந்து சென்றுகொண்டிருக்கிறான். ஆகாயத்துக்கும் பூமிக்கும் இடையில் காற்றாக நிறைந்திருக்கிறான். யாகபூமியில் அக்னியாக இருக்கிறான். இல்லத்தில் விருந்தினனாக இருக்கிறான். மனிதர்கள் தேவர்களின் உடலில் இருக்கிறான். நீரில் பிறந்த உயிரினங்களிலும் இருக்கிறான். பூமியில் பிறந்த தானியங்களாக, உணவுப்பொருள்களாக இருக்கிறான். மலைகளில் நதிகளின் வடிவில் இருக்கிறான். ஆகாயத்தில், யாகங்களில், மூன்று காலங்களிலும் அழிவில்லாமல் பரிபூர்ணமாக நிறைந்திருக்கிறான். அனைத்திலும் இருக்கும் ஆத்மா ஒன்றே.

ஆத்மா, நாம் வெளிவிடும் மூச்சுக்காற்றை மேலே இயங்கச் செய்கிறான். அபான வாயுவை கீழ் நோக்கிப் போகச் செய்கிறான். மனிதனின் உடலின் மத்தியில் இருந்து அனைத்து தேவர்களாலும் போற்றப்படுகிறான். பஞ்சேந்திரியங்களும், கர்மேந்திரியங்களும், பிராணனும் மனமும் ஆத்மாவை வணங்குகின்றன.

உடலில் இருக்கும் ஆத்மா உடலை விட்டுப் போய்விட்டால், உடலில் இருக்கும் பொறிகள், பிராணன் மனம் புத்தி ஆகிய அனைத்துமே அழிந்துவிடும். ஒன்றுமே இருக்காது.

எந்தவொரு மனிதனும் ப்ராணனாலோ அபானனாலோ உயிர்

வாழவில்லை. இவற்றிலிருந்து வேறுபட்டதான மேலான ஆத்மாவைச் சார்ந்தே உயிர் வாழ்கிறார்கள்.

நசிகேதா! மீண்டும் உனக்கு என்றும் நிலைத்திருக்கும் இந்த ரகசியமான பிரம்மத்தைப் பற்றிச் சொல்லப்போகிறேன். ஞான மடையாமல் மரணமடைந்த பின் ஆத்மா என்னவாகிறது என்பதையும் சொல்கிறேன்," என்றார் எமதர்மர்.

மரணத்துக்குப்பிறகான ஒருவனின் நிலை என்ன? என்னும் கேள்விக்கான பதிலாக மரணத்துக்குப்பிறகு ஞானியின் நிலை என்ன என்பது சொல்லப்பட்டது. இப்போது மரணத்துக்குப்பிறகு அஞ்ஞானியின் நிலை என்ன என்பது சொல்லப்பட இருப்பதாக வாக்குறுதி அளிக்கப்படுகிறது.

மெய்யறிவைப் பெற்றவனின் உடல் அழிந்தபின்பு மீண்டும் பிறப்பதில்லை. அறியாதமனிதன் இறந்தபிறகு மீண்டும் பிறக்கிறான். அறியாத மனிதன் இறந்த பிறகு எதை அறிய வேண்டும் என்பது இங்கே சொல்லப்படுகிறது.

"இந்த உலகில் தாம் செய்த செயல்களுக்கு ஏற்பவும், தாம் கற்று அறிந்து பெற்ற அறிவுக்கு ஏற்பவும் மக்கள் இறந்த பிறகு வேறு உடலைப் பெறுகிறார்கள். மீண்டும் உடல் எடுப்பதற்காக கர்ப்பத்தை அடைந்தவர்களில் சிலர் மனித உடலைப் பெறுகிறார்கள்; சிலர் தாவரங்களின் உடலைப் பெறுகிறார்கள்.

அனைத்து பொறிகளும் லயமடைந்து உறங்கும்போது, எந்த ஆத்மா உறங்காமல் விழித்திருக்கிறானோ, அப்போது யார் தான் விரும்பிய பொருட்களை மாயையால் தோற்றுவிக்கிறானோ அவனே தூய்மையான பரப்ரம்மமாவான். அவன் மரணமற்றவன். அவனையே அனைத்து உலகங்களும் சார்ந்திருக்கின்றன. எந்த ஒன்றும் அதற்கு மாறியதாக இருப்பதில்லை.

அந்த ஆத்மாவே பிரம்மம்.

நெருப்பு ஒரே ஒளி வடிவமானது. உலகில் உள்ள தனித்தனிப் பொருட்களில் புகுந்து அதை எரிக்கும்போது, வேறு வேறு வடிவமாகவும், வண்ணமாகவும் தானும் உருவெடுத்துக்கொள்கிறது. ஆனால் நெருப்பு ஒன்றுதான். அதுபோல, எல்லா பொருள்களிலும் அனைத்து உயிர்களிலும் இருக்கும் ஆத்மா ஒன்றுதான். ஒவ்வொரு பொருளிலும் ஒவ்வொரு உடலிலும் இருக்கும்போது அவற்றின் வடிவமாகவும் பலவாறாகத் தென்படுகிறான். ஆனால், அவன் ஒருவனே ஆவான்.

காற்றும் ஒன்றே. உலகில் தான் சென்று புகும் இடத்துக்கு ஏற்ப வெவ்வேறு பெயர்களையும் வடிவத்தையும் பெறுகிறான். வேறு வேறு வடிவங்களிலிருந்தாலும் காற்று ஒன்றே.

சூரியன் எப்படி அனைத்து உலகுக்கும் கண்ணாக இருக்கிறானோ, அப்படி உலகுக்கே கண்ணாக இருக்கும் சூரியன் குறைகளால் தோஷங்களால் பற்றப்படுவதில்லை. தூய்மையற்றவைகளின் மேல் பட்டாலும், அந்த தூய்மையற்ற தன்மையுடன் அவன் தொடர்பு கொள்ள மாட்டான். அதுபோலவே, அனைத்து உயிரினங்களிலும் இருக்கும் ஆத்மா ஒருவன்தான். ஒருவனாக இருந்துகொண்டு, எங்கிருந்தாலும் துன்பங்களால் பாதிப்படைவதில்லை.

தன் வசத்தில் உலகத்தை வைத்திருக்கும் ஆத்மா நிகரற்ற ஒருவன் ஆவான். ஏனென்றால், அனைத்து உலகுக்கும் அவன் அந்தராத்மாவாக இருக்கிறான். அவன் ஒரே வடிவத்தைக் கொண்டவன். ஆனால் பல பெயர்களால் உருவங்களால் அழைக்கப்படுகிறான். உயிரினங்களின் உள்ளத்தில் உறைந்திருப்பவன். அவனை அறியும் விவேகிகளுக்கு அழிவற்ற நிலையான இன்பம் எப்போதும் உண்டு. மற்றவர்களுக்கு ஆத்மானந்த சுகம் கிடைப்பதில்லை.

ஆத்மா நிலையற்ற அழியும் பொருள்களில் அழியாமல் நிலைத்திருப்பவன். தேவர்களுக்கும் மனிதர்களுக்கும் அனைத்து உயிர்களுக்கும் அறிவாக இருப்பவன். பலருக்கும் அவர்களின் செயலுக்குகந்து விருப்பங்களை நிறைவேற்றித் தருபவன். அவ்விதம் விருப்பங்களை நிறைவேற்றித் தருபவனை தனக்குள் ஆத்மார்த்தமாக தொடர்ந்து தரிசனம் செய்துகொண்டிருக்கும் ஞானிகளே அவனை அறிவார்கள். அவனை அறிந்தவர்களுக்கு அழிவில்லாத நிலையான இன்பம் கிடைக்கும்.

பிரம்ம சொரூபத்தை மிகவும் மேலான ஆனந்த வடிவமாக இருக்கிறது, இது இப்படி இருக்கிறது என்று எவராலும் வரையறுத்துக் கூற முடியாது. எனினும் பற்றற்ற முனிவர்கள் இதுதான் பிரம்மம் என்று அறிய முடியும் என்று கருதுகிறார்கள்; கண்டு உணர்ந்து அறிந்தும் இருக்கிறார்கள்.

பிரம்ம சொரூபத்துடன் இணையும் அந்த மேலான ஆனந்த நிலையை எப்படி அறிந்துகொள்ள முடியும்? அதை எந்த உத்தியால் தெரிந்துகொள்ள முடியும்? தானாகவே பிரகாசிக்கிறதா? நமக்கு நம்முடைய உணர்வுக்கு புரிவதுபோல தானே ஒளிர்ந்து தானாகவே தன்னைக் காட்டிக்கொள்கிறதா? பற்றற்ற சான்றோர்கள் அதை உணர்ந்துகொண்டதைப்போல அதே வழியைப் பின்பற்றி நாங்களும் உணர்ந்து கொள்ள முடியுமா?

இந்தக் கேள்விகளை நசிகேதன் கேட்கிறானா? அல்லது நமக்கு தெளிவு படுத்துவதற்காக இதில் கேள்வியாக சொல்லப் பட்டுள்ளதாகவும் எடுத்துக்கொள்ளலாம். இதை, 'ப்ரச்ன மந்திரம்' என்கிறார்கள்.

இதற்கான பதில் அடுத்த மந்திரத்திலேயே சொல்லப்பட்டுள்ளது.

சூரியனும், சந்திரனும், நட்சந்திரங்களும் ஆத்மாவை ஒளிரச் செய்வதில்லை. ஆத்மாவை ஒளிரச் செய்யும் சக்தி அவைகளுக்கு இல்லை. மின்னல்கள் ஆத்மாவை ஒளிரச் செய்வதில்லை. நாம் தீபத்தில் ஆராதனை செய்யக்காட்டும் அக்னியின் சுடரோ, தூரத்து மலையில் எரிந்துகொண்டிருக்கும் காட்டுத்தீயோ, யாகத்தில் ஓங்கி எரியும் நெருப்பின் ஜ்வாலையோ ஆத்மாவை ஒளிரச் செய்யும் சக்தி இவைகளுக்குக் கிடையாது. இவை அனைத்தும்தான் ஆத்மாவின் துணையினால் ஒளிர்கின்றன. ஆத்மா ஆத்மபிரகாசமானவன். அந்த பிரம்மத்தின் ஒளியினால் தான் இவை அனைத்தும் ஒளிர்கின்றன.

இரண்டாம் அத்தியாயம், இரண்டாம் வல்லீ நிறைவுபெற்றது.

அத்தியாயம் 2 மூன்றாம் வல்லீ

இது உபநிஷத்தின் கடைசி வல்லீ.

மீண்டும் மீண்டும் சொல்லப்பட்ட கருத்தே மீண்டும் மீண்டும் ஏன் சொல்லப்படுகிறது?

மையக்கருத்தான இந்த முக்கியமான தத்துவத்தின் கருத்தை அழுத்தமாக வலியுறுத்திச் சொல்வதற்காக, சொல்லப்பட்ட கருத்தே மீண்டும் மீண்டும் சொல்லப்படுகிறது. இப்போது இந்த வல்லீயின் முதல் மந்திரம் இப்படி சொல்லப்படுகிறது.

(இதில் சம்சாரம் ஒரு மரமாக சொல்லப்படுகிறது. மரத்தின் கிளை இலைகளைக்கொண்டு மரத்துக்கு வேர் இருக்கிறது என்பதை அறிகிறோம். அதுபோல பல வகையான சம்சார தோற்றங்களைக் கொண்டு, அவைகளுக்கு மூல காரணமான பிரம்மம் இருக்கிறது என்று உறுதிப்படுத்துவதற்காக இந்த உருவகம் சொல்லப்பட்டுள்ளது.)

"இந்த சம்சாரமாகிய மரம் எங்கும் நிறைந்திருக்கும் பரம்பொருளை வேராகக் கொண்டது. இதன் கிளைகள் கீழ் நோக்கியவை. இதோ புராதனமாகத் தென்படும் கணக்கற்ற நாட்களாக வளரும் இந்த அரச மரம் அசையும் தன்மையுடையது. இதன் வேர் தூய்மை பொருந்தியது. ஒளி நிறைந்து மிகப்பெரியதாக முழுமையாக அழிவற்று நிலையாக இருக்கும் இதைச் சார்ந்தே உலகம் முழுக்க இயங்குகின்றன. எப்போதும் இது சார்ந்த பிரபஞ்சம் முழுமையும் இதை விட்டுப் விலகி இருந்ததில்லை. இதுவே நீ கேட்ட ஆத்மா. இந்த ஆத்மாவே பிரம்மம்.

இந்த பிரபஞ்சம் அனைத்தும் ஆத்மாவினால் தோன்றி, ஆத்மாவின் இருப்பை அடைந்து ஒழுங்காக இயங்கி வருகிறது. உலகின் காரணமான ஆத்மா, வெட்ட ஓங்கியதால் மேலெழும்பிய வஜ்ராயுதம் போல பயத்தை உண்டாக்கிவிடும். இத்தகைய ஆத்மாவை அறிந்தவர்கள் மரணமற்றவர்கள் ஆவார்கள்.

ஆத்மாவிடமுள்ள பயத்தினால்தான் நெருப்பு சுடுகிறது; சூரியன் வெளிச்சம் தருகிறான்; காற்று வீசுகிறது; இந்திரன் தன் தொழிலைச் செய்கிறான். ஐந்தாவதாக யமனும் இந்த பயத்தில்தான் உயிரைக் கவர்ந்து வர ஓடுகிறான்.

உலகில் பிறந்த ஒருவன் தான் பிறந்த இந்தப் பிறவியிலேயே உடல் அழிவதற்கு முன்பே ஆத்மாவை அறியும் திறமையையும் சக்தியைப் பெற்றிருந்தால் அவன் மறுபிறப்பை அடைய மாட்டான். அப்படி

இல்லையென்றால், எந்த உலகத்திலாவது உடலெடுத்துப் பிறக்கும் தகுதியைப் பெறுகிறார்கள்.

இந்தப் பூவுலகில் ஆத்மாவை நன்கு அறிவது எளிதான ஒன்றாகும்.

ஒருவன் தன் முகத்தைக் கண்ணாடியில் நன்றாக எப்படிப் பார்க்க முடியுமோ, அதேபோல இவ்வுலகில் ஒருவன் தூய சிந்தையால் ஆத்மாவை எளிதாக அறிந்துகொள்ள முடியும்.

பித்ருலோகத்தில் ஆத்மா கனவுத் தோற்றம்போலத் தோன்றும். தெளிவாகத் தெரியாது. கந்தர்வ லோகத்திலும் நீரில் தோன்றும் பிம்பத்தைப் போன்ற தெளிவில் ஆத்மா தோன்றும். பிரம்ம லோகத்தில் சூரிய வெளிச்சத்தில் தரையில் விழும் நிழல்போல ஆத்மா வெளிப்படையாகத் தெரியும். ஆனால், அதை அறிவது எளிதான விஷயமல்ல.

ஐம்பொறிகள் அனைத்தும் ஆகாயம் போன்ற ஐம்பூதங்களினால் தனியே உண்டாக்கப்பட்டவை. ஆத்மாவைக் காட்டிலும் அவை வேறானவை என்பதை அறிந்திருக்க வேண்டும். பொறிகள் தோன்றி அழிபவை என்பதையும் அறிந்திருக்க வேண்டும். அவற்றின் உற்பத்திக்குக் காரணமான இடமும், லயமடையும் இடமும் ஆத்மாவே என்பதை அறிய வேண்டும். அப்படி அறிந்த விவேகி வருத்தமடைய மாட்டான்.

ஐம்பொறிகளைக் காட்டிலும் மனம் மேலானது; நுட்பமானது; மனதைக் காட்டிலும் புத்தி உயர்ந்தது; நுட்பமானது; புத்தியைக் காட்டிலும் மஹத்தான ஆத்மா உயர்ந்தது; மேலானது; மஹத்தைக் காட்டிலும் அவ்யக்தம் மேலானது; அவ்யக்தத்தைக் காட்டிலும் பரம்பொருள் மேலானது. நுட்பமானது; அது எங்கும் நிறைந்தது; நுட்பமானது. அதை அறிந்தவன் பிறவிப் பிணிகளிலிருந்து விடுதலையாகிறான். அழியாத நிலையான இயல்பையும் பெறுகிறான்.

ஆத்மாவின் வடிவம் நமது பார்வைக்குப் புலப்படாது. ஆகையால் யாரலும் ஆத்மாவைப் பார்க்க முடியாது. வேறு பொறிகளாலும் ஆத்மாவை அறிந்துகொள்ள முடியாது. உள்ளத்திலிருக்கும் தெளிந்த புத்தியினால் மனதில் ஆத்மார்த்தமாக ஆத்மாவை அறிந்துகொள்ள முடியும். யார் ஆத்மாவை அறிகிறார்களோ அவர்களுக்கு மரண பயமில்லை. எப்போது ஐம்பொறிகளும் சஞ்சலமில்லாமல் அமைதியுடன் இருக்குமோ, அந்த நிலையும், எப்போது புத்தி அசையாமல் இருக்குமோ, அந்த நிலையும் மிகவும் மேலானவை என்று மெய்யறிவை உணர்ந்த பெரியவர்கள் கூறுவார்கள்.

அந்த மேலான நிலையில், ஐம்பொறிகள் ஐந்து ஞானேந்திரியங்கள், அந்தக்கரணம், புத்தி இவையனைத்தும் நிலையான அமைதியில்

இருக்கும் நிலையை யோகம் என்று கூறுகிறார்கள். இந்த நிலையை அடைய ஒவ்வொருவரும், கவனமின்மை என்னும் நிலை இல்லாததாக இருக்க முயல வேண்டும். (கவனத்துடன் இருக்க வேண்டும் என்பதே இப்படி சொல்லப்படுகிறது.) பொறிகளை அடக்கும் யோகம், உண்டானது போல இருக்கும்; பிறகு அழிந்து விடும். அது அழிந்து விடாமலிருக்க முயற்சி செய்ய வேண்டும்.

பொறிகளால் பரம்பொருளை அறிய முடியாது. வாக்கினாலோ மனத்தினாலோ கண்களினாலோ பரம்பொருளை அறிய முடியாது. ஆனாலும் அறியப்பட வேண்டிய பிரம்மம் இருக்கிறது. ஆத்மா இருக்கிறது என்று கூறுபவர்களாலேயே அறிய முடியும். இல்லை என்பவர்களால் அறிந்துகொள்ள முடியாது.

முதலில் ஆத்மா உண்டு என்று அறிந்துகொள்ள வேண்டும். ஆத்மாவின் நிலை குணங்களற்று இருக்கும் நிலை என்பதையும் அறிந்துகொள்ள வேண்டும். பிறகு ஆத்மாவே நான் என்பதை உணர வேண்டும். மெய்யறிவை அடைந்தவனுடைய மனதில், முன்பு இருந்த ஆசைகள் அனைத்தும் எப்போது அழியுமோ அப்போது அவன் மரணமற்றவனாகிறான். இந்த உலகத்திலேயே இப்போதே ப்ரம்மானுபவத்தைப் பெறுகிறான். அனைத்து பந்தங்களும் அவனை விட்டு நீங்கி முக்தி அடைகிறான்.

ஆசைகள் உறக்கத்தில் அழிகின்றன. ஆனால் முற்றிலும் அழியவில்லை. மெய்யுணர்வில் இருக்கும்போதுதான் ஆசைகள் வேரோடு அழியும். ஒருவன் இவ்வுலகில் வாழ்ந்துகொண்டிருக்கும் போதே, எப்போது அவனுடைய மனதின் முடிச்சுகளாகிய அபிமானங்கள் அழியுமோ அப்போதே அவன் முக்தி அடைகிறான். இதுவே உபதேசம். இதைத் தவிர வேறு இல்லை," என்று சொல்லி முடிக்கிறார் எமதர்மர்.

மனிதனுடைய இதயத்தில் நூற்றியொரு நரம்புகள் உள்ளன. அவற்றில் ஒரு ஸுஷும்னை நாடி தலையின் உச்சியைப் பிளந்து கொண்டு மேல் நோக்கிச் செல்கிறது. அந்த நரம்பின் வழியாக யாக வேள்வி செய்தவர்கள் மேலே செல்வார்கள். அவர்கள் பிரம்ம லோகத்தை அடைந்து இன்பங்களை அனுபவிப்பார்கள். நற்செயலைச் செய்யாதவர்கள் மற்ற நரம்புகளின் வழியாக வெளியில் சென்று மீண்டும் உடலைப் பெற்று பிறவியைக் கடக்க முடியாதவர்களாக இருக்கிறார்கள்.

மனிதனின் இதயத்தில் பரம்பொருளாகிய ஆத்மா கட்டைவிரல் அளவில் வியாபித்திருக்கிறான். நாணற் புல்லிலிருந்து மெலிதான தண்டைப் பிரிப்பதுபோல, உடலிலிருந்து அந்த ஆத்மாவை வேறுபடுத்திப் பார்க்க வேண்டும். மிகுந்த மன திடத்துடன் இதைச்

செய்ய வேண்டும். இவ்வாறு வேறுபட்டவனை மரணமற்ற நிலையாக தூய அறிவின் வடிவமாக அறிய வேண்டும். ஆத்மாவை தூய பொருளாக, பிரம்மமாக, 'அஹம் பிரம்மாஸ்மி', 'நானே பிரம்மம்,' என்று அறிவாயாக," என்று உபதேசத்தைச் சொல்லி முடித்தார்.

இரண்டாம் அத்தியாயம், மூன்றாம் வல்லீ நிறைவுபெற்றது.

சாந்தி மந்திரம்

கற்பதிலும் கேட்பதிலும் ஏற்படும் குற்றம் குறைகளை நீக்குவதற்காக குரு சிஷ்யன் ஆகிய இருவராலும் சாந்தி மந்திரம் சொல்லப்படுகிறது.

குரு சிஷ்யன் ஆகிய எங்கள் இருவரையும் இறைவன் நிச்சயமாக காக்கட்டும். ஞானபலனை அளித்துக் காக்கட்டும். தேவையான சக்தி பொருந்திய முயற்சியுடன் எந்தக் குறையுமின்றி இந்த ஞான வேள்வியைச் செய்கிறோம். எங்கள் வேதாந்தக் கல்வி, அறியாமை இருளினைப் போக்கும் ஒளிபொருந்தியதாக இருக்கட்டும். நாம் இருவரும் எந்த காரணத்தாலும் பகைமையில்லாமல் இருப்போமாக.

எங்கும் அமைதி நிலவட்டும்.

நசிகேதனின் கூரிய மதிநுட்பத்தில் மகிழ்ந்த எமதர்மர், வாத்சல்யத்துடன் நசிகேதனைப் பாராட்டி ஆசி அளித்து அனுப்பி வைத்தார்.

எமதர்மரின் உரையினைக் கேட்டு மகிழ்வுடன் வணங்கி நன்றி தெரிவித்துவிடை பெற்றுதந்தையைக்காண புறப்பட்டான் நசிகேதன்.

இப்படி எமதர்மர் கூறிய, ஆத்ம வித்தையையும், யோக வித்தையையும் முழுவதுமாக நன்கு அறிந்துகொண்ட நசிகேதன், பரம்பொருளை அறிந்தான்; குற்றமற்றவனாக, மரணமற்றவனாகத் திகழ்ந்தான். நசிகேதனைப்போல யார் ஆத்மவித்தையை அறிவார்களோ அவர்களும் அவனைப்போல அழியாத நிலையை அடைவார்கள். நசிகேதனின் கேள்விக்கான பதில்கள் நமக்குள்ளும் ஒரு புதிய தரிசனத்தை அளிக்கிறது. எங்கும் அமைதி நிலவட்டும்.

எழுத்தாளரைப் பற்றிய குறிப்பு

இயற்பெயர் மஞ்சுளாதேவி. மதுமிதா என்னும் பெயரில் எழுதிவரும் கவிதாயினி மதுமிதா இராஜபாளையத்தில் வசிக்கிறார்.

சுதந்திரப் போராட்ட தியாகி, காந்தி அரங்கசாமிராஜா அவர்களின் பேத்தி. தந்தை ரகுபதிராஜா; தாயார் பாக்கியலட்சுமி. கணவர் ரெங்கனாத ராஜா; மகன் பத்ரிநாத்; மகள் அம்ருதா ப்ரீதம்.

எம்.ஏ ஆங்கில இலக்கியம், டிப்ளமோ இன் போர்ட்போலியோ மேனேஜ் மெண்ட் ஆகியவை கற்றவர். தமிழில் பல நூல்கள் படைத்துள்ள இவரின் தாய்மொழி,தெலுங்கு.ஹிந்திபிரவீன்உத்தரார்த்வரையும்,சமஸ்கிருதத்தில் பட்டயப்படிப்பும் படித்துள்ளார்.

வெளிவந்த இவரின் புத்தகங்கள்

1. 'நீதி சதகம்' (2000) பர்த்ருஹரியின் தத்துவங்களைச் சமஸ்கிருதத்திலிருந்து தமிழுக்கு மொழிபெயர்த்துள்ளார்.
2. 'மௌனமாய் உன்முன்னே' (2003) கவிதைத் தொகுப்பு நூல், தமிழ்நெஞ்சம் பிரசுரம்.
3. 'பர்த்ருஹரிசுபாஷிதம்' என்று சமஸ்கிருதத்திலிருந்து முந்நூறு பாடல்களின் தமிழாக்க நூல். (2005) சந்தியா பதிப்பகம். மொழிபெயர்ப்புக்காக 'திசை எட்டும் விருது' பெற்ற நூல்.
4. நான்காவது தூண் (2006) 18 பத்திரிகை ஆசிரியர்களின் நேர்காணல்களின் தொகுப்புநூல். ஸ்ரீ விஜயம் பதிப்பகம்.
5. தைவான் நாடோடிக்கதைகள் (2007) (சிறுவர்கதைகள்) உதயகண்ணன் வெளியீடு.
6. பாயும் ஒளி நீ எனக்கு - (2007) கவிதைத்தொகுப்பு மின்னூல். நிலாச்சாரல்.
7. வசீகரிக்கும் தூசி (2010) - ஒரிய க விஞர் பிரதிபா சத்பதியின் கவிதைத் தொகுப்புநூல். ஆங்கில வழி தமிழாக்கம்.சாகித்திய அகாதெமிவெளியீடு.
8. அக்கமகாதேவிவசனங்கள்(2010) -டாக்டர்தமிழ்ச்செல்வியுடன்இணைந்து கன்னடத்திலிருந்து தமிழாக்கம். திரிசக்தி பதிப்பகம்.
9. காலம் (2010) - பத்தி எழுத்தாளராக 'புதியபார்வை' இதழில் எழுதிய பத்திகளின் தொகுப்பு. சந்தியா பதிப்பகம்.
10. இரவு (2010) - 37 படைப்பாளிகளின் இரவுகள்குறித்த தொகுப்பு நூல். சந்தியா பதிப்பகம்.
11. மரங்கள்(2011) - 29படைப்பாளிகள்தங்களுடைய மரங்களுடன்இணைந்த சிந்தனைகளைகளைப் பகிர்ந்து கொண்டகட்டுரைகளின் தொகுப்பு நூல். சந்தியா பதிப்பகம்.

12. மேகதூதம் (2013) - மகாகவி காளிதாசரின்மேகதூதம், ருது சம்ஹாரம், சமஸ்கிருதத்திலிருந்து தமிழாக்கம். தமிழினி பதிப்பகம்.

13. பருவம் (2014) 24 படைப்பாளிகள் தங்களுடைய பருவங்களைக் குறித்து பகிர்ந்து கொண்ட கட்டுரைகளின் தொகுப்பு நூல். சந்தியா பதிப்பகம்.

14. தசாவதாரம் (2014) மஹாவிஷ்ணுவின் பத்து அவதாரக் கதைகள் (சிறுவர் கதைகள்) சாந்தி நூலகம்.

15. நிஜ இளவரசி (2014) ஹேன்ஸ் கிரிஸ்டியன்ஆண்டர்செனின் தேவதைக் கதைகள் (சிறுவர்கதைகள்) தமிழாக்கம், சாந்தி நூலகம்.

16. கவிஞர் சித்தலிங்கய்யா 40 கன்னடக் கவிதைகள் (2014) பேராசிரியை கே.மலர்விழி அவர்களுடன் இணைந்து கன்னடத்திலிருந்து தமிழாக்கம். புதுப்புனல் பதிப்பகம்.

17. வேமனமாலை(2016) வேமனரின்தேர்ந்தெடுக்கப்பட்டஆயிரம்பாடல்கள் தெலுங்கிலிருந்து தமிழாக்கம். தமிழினி பதிப்பகம், (2016)

18. பூக்களை விற்ற ஊர், (2016) தெலுங்கு கவிஞர் பெருகு ராமகிருஷ்ணா தமிழாக்கம். சந்தியா பதிப்பக வெளியீடு.

18. அ. (ப்ளெமிங்கோ - அச்சில் உள்ளது இன்னும் வெளியாகவில்லை)

19. தெலுங்கு சாகித்திய அகாதெமி விருது பெற்ற எழுத்தாளர் பெத்தி பொட்ல சுப்பராமய்யா அவர்களின் 34 கதைகள், சிறுகதைத்தொகுப்பு முதல் பாகம், தெலுங்கிலிருந்து தமிழாக்கம் சாகித்திய அகாதெமி வெளியீடு. (2018)

20. மதுமிதாபடைப்புலகம்-நேர்காணலும்ஆக்கமும்முபீன்சாதிகா,கலைஞன் பதிப்பகம் (2017)

21. காந்தியமும் நானும் - காந்திய கட்டுரைகள் தொகுப்புநூல் - மதுமிதா (2020) அமேஸான் கிண்டில்

22. இராஜபாளையம் ஸ்பெஷல் - சமையல் குறிப்பு நூல், அமேஸான் கிண்டில் (2021)

23. மதிப்பீட்டுக்கலை - சில பார்வைகள், சில மதிப்பீடுகள் - தொகுப்பு நூல் - மதுமிதா, அமேஸான் கிண்டில் (2021)

24. சோதனைக் குடுவை - சில்வியா பிளாத் தின் The Bell Jar ஆங்கில நாவல் தமிழாக்கம் (2022) தமிழினி பதிப்பகம்

25. அக்கமகாதேவி வசனங்கள் - முனைவர் தமிழ்ச்செல்வியுடன் இணைந்து கன்னடத்திலிருந்துதமிழாக்கம்,புலம்பதிப்பகம் (2022) இரண்டாம்பதிப்பு...

26. நினைவில்அன்புள்ளபறவை-கவிதைத்தொகுப்பு (2022) கோதைபதிப்பகம்

27. தண்ணீர் - நீரலைகளும் நினைவலைகளும் 60 படைப்பாளர்களின் கட்டுரைகள் தொகுப்பு நூல் ஸ்நேகா பதிப்பகம் (2022)

28. முடிவற்ற யாத்திரை - கன்னட எழுத்தாளர் சூத்ர ஸ்ரீநிவாஸ் அவர்களின்

கன்னட நாவல் முனைவர் மலர்விழியுடன் இணைந்து கன்னடத்திலிருந்து தமிழாக்கம் சுவாசம் பதிப்பகம் (2022)

29. அகம்-பெருவெளியில் தனியொருவள் 35 படைப்பாளர்களின் கட்டுரைகள் தொகுப்பு நூல் Her Stories பதிப்பகம் (2023)

30. கஸ்தூரிபா Vs காந்தி-கன்னட எழுத்தாளர் பரகூர் ராமச்சந்திரப்பா அவர்களின் கன்னட நாவல் முனைவர் மலர்விழியுடன் இணைந்து கன்னடத்திலிருந்து தமிழாக்கம் Her Stories பதிப்பகம் (2023)

31. உள்ளங்கை நதி- தமிழாக்கக் கவிதைகள்

தமிழ் வெளி பதிப்பகம் (2023)

32. காதல் - கனிவும் கனலும் கட்டுரை தொகுப்பு நூல் (66 படைப்பாளர்கள்) Her Stories பதிப்பகம் 2024

33. சைனா டவுன் மற்றும் சில சிறுகதைகள் தமிழாக்கம். Her Stories பதிப்பகம்

34. தாயம் - நாடகம் கன்னடத்திலிருந்து தமிழ் (முனைவர் மலர்விழியுடன் இணைந்து) Her Stories பதிப்பகம்

35. கவிஞர் சீனு ராமசாமி கவிதைத்தொகுப்பு - தமிழிலிருந்து கன்னடம் (முனைவர் மலர்விழியுடன் இணைந்து)

36. மதுமிதாவின் குறுநாவல் செங்காந்தள் (Galaxy Publication)

37. மகாத்மா காந்தியின், பச்சைத் துண்டு பிரசுரம் ஸ்நேகா பதிப்பகம்

38. அப்பா சொன்ன கதைகள் ஸ்நேகா பதிப்பகம்

அச்சில்

39. காதல் - உணர்வின் பேரலைகள் சிறுகதைகள் தொகுப்பு நூல் (45 படைப்பாளர்கள்) Her Stories பதிப்பகம்

40. கவிஞர் ஏர் மகாராசன் கவிதைத்தொகுப்பு - தமிழிலிருந்து கன்னடம் - (பேராசிரியர் செல்வகுமாரியுடன் இணைந்து)

இனி வர உள்ளவை

41. தெலுங்கு நாவல் - தெலுங்கிலிருந்து தமிழ்

42. இசை குறித்த ஆய்வு நூல் - கன்னடத்திலிருந்து தமிழ் (முனைவர் மலர்விழியுடன் இணைந்து)

43. மதுமிதாவின் சிறுகதைகள்

44. ஆங்கில நாவல் தமிழாக்கம்

45. Haikku book from Tamil to Malayalam and Telugu translation

ஒரு நாவல், புத்தக வாசிப்பனுபவங்கள் தொகுப்பு நூல், இலங்கைப் பயண அனுபவ நூல் ஆகியவை வெளிவர உள்ளன.

விருதுகள்

1. மொழிபெயர்ப்புக்கான திசையெட்டும் விருது - சென்னை, 2009
2. இலக்கியச் சாதனையாளர் விருது - மணிமேகலை மன்றம், இராஜபாளையம்
3. சாதனையாளர் விருது - பத்திரிகை சங்கம், சென்னை
4. பெண் சக்தி விருது 2012, சிவகாசி
5. அப்துல்கலாம் நினைவு சாதனையாளர் விருது - நெல்லூர், 2015
6. பல்துறை இலக்கியச் செல்வி விருது 20.09.2015 இராஜபாளையம்
7. கவிக்கோ அப்துல் ரஹ்மான் நினைவு விருது 03.02.2018 தேனி
8. சாவித்திரிபாய் புலே விருது 2018 Savitribai Phule National Women Achiever Award 2018
9. அக்கமகாதேவி விருது டிசம்பர் 25, 2019 - பெங்களூரு
10. சாதனையாளர் விருது (2020) இராஜபாளையம்
11. ஸ்பாரோ இலக்கிய விருது (2020) மும்பை
12. அறம் விருது 2021 இராஜபாளையம்
13. சாதனையாளர் விருது 2021 இராஜபாளையம்
14. தோழர் என். சங்கரய்யா விருது... தமிழ்நாடு முற்போக்கு எழுத்தாளர் கலைஞர்கள் சங்கம், இராஜபாளையம் கிளை 29.10.2021 நிகழ்வில், தோழர் என். சங்கரய்யா நூற்றாண்டு விருது 2021, இராஜபாளையம்
15. ஸ்ரீ சக்தி விருது 2022, சென்னை
16. ஜி நாகராஜன் நினைவு இலக்கிய சிற்பி விருது 2022, தமிழ்நாடு முற்போக்கு கலை இலக்கிய மேடை, சென்னை
17. தாரகை விருது 19.03.2023, தென்சென்னை தமிழ்ச்சங்கம், சென்னை
18. 2022 ஆம் ஆண்டுக்கான தமிழ் வளர்ச்சித்துறை அளித்த சிறந்த நூல் பரிசு (2024) சென்னை 11.07.2024
19. கரிகால் சோழன் விருது (2024) 13.07.2024
20. சிங்கராஜா கோட்டை ராஜுக்கள் மகாசபை விருது (2024) 28.07.2024
21. கம்பம் பாரதி தமிழ் இலக்கியப் பேரவை பரிசு (2024) கம்பம் கஸ்தூர்பா Vs காந்தி நூலுக்கு 15.08.2024